अधिकोषण सुधारणांचे पर्व

डॉ. विनोद म. गावंडे

लक्ष्मी बुक पब्लिकेशन
२०१८

Price: 350/-

अधिकोषण सुधारणांचे पर्व

डॉ. विनोद म. गावंडे

ISBN– 978-0-359-11872-4

Published by,
Lulu Publication
3101 Hillsborough St,
Raleigh, NC 27607,
United States.

Printed by,
Laxmi Book Publication,
258/34, Raviwar Peth,
Solapur, Maharashtra, India.
Contact No. : 9595359435
Website: http://www.lbp.world
Email ID: apiguide2014@gmail.com
 ayisrj@yahoo.in

अनुक्रमणिका

प्रकरण एक

अधिकोषण संस्थेचा इतिहास

१.१ प्रस्तावना

मानव इतिहासाची क्रांती आणि उत्क्रांती अशी दोन तत्त्वे आहेत. पैकी उत्क्रांती तत्त्वाला विषेश स्थान आहे. उत्क्रांती तत्त्वाने मानवाच्या संपूर्ण विचार पद्धतीत आमुलाग्र आणि मुलभूत स्वरुपाचा बदल घडवून आणला आहे. शास्त्रांच्या बाबतीत सांगावयाचे झाल्यास नैसर्गिक शास्त्रांच्या विविध शाखांबरोबरच सामाजिक शास्त्रांच्या अनेक शाखांच्या कार्यकक्षेमध्ये सुद्धा उत्क्रांतीवादाच्या तत्त्वाने परिणामकारक कार्य केल्याचे आढळून येते. आधुनिक मानवी जीवन अभ्यासतांना सामाजिक, नैतिक, आर्थिक आणि राजकीय अशा विविध क्षेत्रातील उत्क्रांती आणि विकासाचा आपण अनेक अंगांनी विचार करतो. यापैकी आर्थिक क्षेत्रातील अत्यंत महत्त्वाची संस्था म्हणजे 'बँक' होय. बँक ही संस्था आजच्याच नव्हे तर तिच्या स्थापनेपासूनच अर्थकारणाचे एक अभिन्न अंग राहीलेली आहे. अशा या बँकेच्या उत्क्रांतीचा आणि विकासाचा आधुनिक बँकिंग पर्यंतचा प्रवासही तिच्याप्रमाणे वैशिष्टपूर्ण राहिलेला आहे.

'बँक' या संस्थेचा जन्म केव्हा झाला या बाबत विचारवंतांमध्ये बरीच मतभिन्नता दिसून येते. तरीपण विविध पुराव्यांवरून असे सांगता येईल की, या संस्थेचा जन्म हा मुद्रेच्या जन्माएवढाच जुना आहे. तिच्या बाल्यावस्थेत तिचे कार्यक्षेत्र अतिशय सीमित होते. रक्कम कर्जाऊ देणे आणि घेणे एवढाच तिचा त्याकाळातील कार्यव्याप होता. मानवाच्या विकासा बरोबर हळूहळू बँक ही संस्था देखील प्रगत होऊ लागली. बदलत्या काळानुसार बँकेच्या कार्यकक्षा विस्तृत होत गेल्या. आज बँक पूर्णतः विकसित झालेली आहे असे म्हटले जात असले तरी तिच्या कार्यांच्या आणि आधुनिकीकरणाच्या कक्षा दिवसागणित रुंदावत चाललेल्या आहेत. ग्राहकांच्या गरजा विचारात घेऊन दरदिवशी या संस्थेमध्ये नवप्रवर्तन घडवून आणण्याचा प्रयत्न बँक पातळीवर होत आहे. इंग्लंड आणि अमेरिकेसारख्या विकसित राष्ट्रांमध्ये आपल्या रोजच्या व्यवहारात बँकेची मदत न घेणारी व्यक्ती शोधूनही सापडणे कठीण आहे. एवढी उपयोगिता आणि महत्त्व या संस्थेचे आहे.

१.२ 'बँक' या संस्थेचा जागतिक इतिहास

वास्तव इतिहासाएवढीच बँक ही संस्था जुनी असल्याचे विविध संदर्भांवरून आढळून येते. जेरूसलेमच्या मंदिरांमध्ये मुद्रेच्या अदलाबदली विषयीच्या कार्यांची नोंद असल्याचे पुरावे मिळतात. प्राचीन ग्रिक मध्ये इ.स.पू. २००० वर्षाच्या आधी डेल्फी (Delphi) आणि ऑलिंमपीया (Olimpia) या मंदिरांचा वापर लोकांजवळील अतिरिक्त संपत्ती ठेवीच्या स्वरूपात साठवूण ठेवण्यासाठी केला

जात असे.[१] ही मंदिरे सावकारी व्यवसायाची केंद्र बिंदु होती. ग्रिक आणि रोम मधील विकासापूर्वी ॲसिरीया (Assyria), फोनिसीया (Phoenicia) आणि इजिप्त या राष्ट्रांमध्ये संपत्तीच्या भरपाई आणि हस्तांतरणासंबंधीच्या व्यवहाराच्या नोंदी मिळाल्या आहेत.

सार्वजनिक उपक्रम म्हणून खऱ्या अर्थाने बँकेची सुरुवात बाराव्या शतकाच्या मध्यावधीमध्ये इटली या देशात झाली. इ.स. ११५७ मध्ये 'बँक ऑफ व्हेनिस' च्या रूपाने पहिली सार्वजनिक बँकिंग संस्था अस्तित्त्वात आली. येथून बँकिंग संस्थेचा खऱ्या अर्थाने उदय झाला असे म्हटल्यास वावगे ठरणार नाही. 'बँक ऑफ व्हेनिस' च्या नंतर 'बँक ऑफ बार्सिलोना' (१४०१) आणि 'बँक ऑफ जिनोवा' (१४०७) या दोन बँका स्थापन झाल्या. 'बँक ऑफ व्हेनिस' आणि 'बँक ऑफ जिनोवा' या दोन्ही बँका अठराव्या शतकाच्या शेवटपर्यंत यशस्वीरित्या आपले कार्य करीत होत्या. त्याचप्रमाणे 'बँक ऑफ ॲमस्टरडॅम' या प्रसिद्ध बँकेची स्थापना इ.स. १६०९ मध्ये झाली. या बँकेचा मुख्य हेतू व्यापार विकासाला प्रोत्साहन देणे हा होता. 'बँकऑफ इंग्लंड' ची स्थापना इ.स. १६९४ मध्ये झाली. त्यापासून एक शतक आणि चार दशकांचा कालखंड आधुनिक बँकिंग संस्था निर्माण होण्यास लागला. आधुनिक बँकिंग संस्था निर्मितीचे श्रेय इ.स. १८३३ च्या बँक विषयक कायद्याला जाते. ज्यामुळे 'संयुक्त भांडवली बँका' (Joint-stock Banks) अस्तित्त्वात आल्या.[२]

१.३ भारतातील बँक व्यवसायाचा इतिहास

प्राचीन भारतामधील वैदिक कालखंडामध्ये सुद्धा संपत्तीच्या देवाण घेवाण विषयक सावकारी कार्यांची नोंद आढळते. रामायण आणि महाभारताच्या कालखंडामध्ये भारतात बँकिंग व्यवसाय एक समृद्ध आणि परिपूर्ण व्यवसाय म्हणून कार्य करीत होता. स्मृती कालखंडामध्ये तर भारतात बँकिंग व्यवसाय आजच्या आधुनिक अधिकोषण व्यवसायाप्रमाणे कार्य करीत होता. या व्यवसायाची संपूर्ण जबाबदारी या काळात वैश्य समुदायावर होती. ठेवी स्वीकारणे, सुरक्षित आणि असुरक्षित प्रकारची कर्जे देणे, आर्थिक टंचाईच्या काळामध्ये तत्कालीन राजांना कर्ज पुरवठा करणे, कोषपालाची भूमिका वटविणे, आणि राज्यातील चलनाचे व्यवस्थापन करणे यासारखी आधुनिक अधिकोषांची कार्ये स्मृती काळामध्ये बँका पार पाडत होत्या.[३] 'जातक' आणि 'अर्थशास्त्र' यामधून असे संदर्भ मिळतात की, त्याकाळी बँकिंग हुंडी व्यवहार, ऋण (कर्ज) पत्रे इत्यादींचा उपयोग होत असे.[४] सामुहीक कर्जाच्या प्रचलनामध्ये व्यापार संघ, भागीदारी, तसेच संयुक्त भांडवली संघटनांपासून मोठ्या प्रमाणात मदत मिळाली होती.[५] धर्मशास्त्रांमध्ये प्रतिभूती अथवा प्रतिज्ञापत्रासोबत किंवा त्याऐवजी कर्ज देणे तसेच व्याजासोबत किंवा व्याजाशिवाय जमा ठेवी स्वीकारण्या संदर्भात दिलेल्या विस्तृत नियमांवरून त्याकाळी भारतामध्ये बँकिंग व्यवस्था प्रचलित असल्याची माहिती मिळते. प्राचीन भारतातील सावकारांकडे सुद्धा आधुनिक काळातील प्रतिनिधींप्रमाणे समाजातील उपलब्ध रोख भांडवलापैकी बराच मोठा हिस्सा राहत असे. उधार देणे, जमा ठेवी स्वीकारणे, खराब चलन बदलून चांगली मुद्रा देणे तसेच प्रेषितियाँ पाठविणे यासारखी कार्ये सावकार करीत असे. या कार्यांपैकी खराब मुद्रा घेऊन चांगली मुद्रा देण्याचे कार्य सामान्य जनतेच्या

दृष्टीकोणातून अधिक महत्त्वपूर्ण होते. कारण त्याकाळी खाजगी-टाकसाळ, आंतरराज्यीय व्यापार तसेच राजनैतिक सीमा नेहमी बदलत असल्यामुळे अनेक प्रकारची नाणी प्रचलीत राहत होती.[६]

भारतात मुद्रेची देवाण-घेवाण करणाऱ्या बँक या संस्थे बाबत प्राचीन काळातील अनेक ग्रंथांमध्ये नोंदी मिळतात यामध्ये प्रामुख्याने मनुस्मृति, ऐै-ने-अकबरी, वेदग्रंथ, रामायण, महाभारत तसेच चाणक्याचे अर्थशास्त्र इत्यादींचा समावेश आहे. त्याचप्रमाणे या कालखंडांमध्ये भारत भेटीला आलेल्या अनेक विदेशी यात्रेकरूंच्या वर्णनांवरून भारतात बँक बँक या संस्थेचे व्यवहार चालत असत असे पुरावे मिळतात. बौद्धकाळात सावकारांना श्रेष्ठी असे संबोधल्या जात असे. राजस्थान, सौराष्ट्र, उज्जैन या प्रदेशांमध्ये श्रेष्ठी मुद्राविषयक कार्य करीत असत. रामायण काळात 'राम-भरत भेट' प्रसंगी वनात एक 'वृद्धोपजीवी' अर्थात सावकार भरत राजा बरोबर असल्याचा प्रसंग नमुद केलेला आहे. सुप्रसिद्ध जैन देवालय 'आबू तीर्थक्षेत्र' निर्माण करण्यासाठी 'वस्तुपाल' व 'तेजपाल' या सावकार बंधुंनी अहमदाबादाच्या 'नगरश्रेष्ठी' वर दहा कोटी रूपयाची हुंडी लिहल्याचे वृत्त आहे. या संदर्भावरून असे म्हणता येईल की, भारतामध्ये सुद्धा बँक व्यवसायाचा प्रारंभ अथवा अस्तित्त्व फार प्राचीन काळापासून आहे. किंबहूना भारतीय अधिकोषण व्यवस्था भारतीय संस्कृती एवढीच जुनी असल्याचे म्हटल्यास अतिशयोक्ती होणार नाही.

भारतात हुंडी किंवा विपत्रांचा वापर बाराव्या शतकापासून सुरु झाला व देशीय व्यापाराच्या विकासा बरोबर हुंडीचा वापर मोठ्या प्रमाणात होऊ लागला. मोघल काळात धातुमुद्रा प्रचलित असल्याने मौद्रिक व्यवहारांची प्रगती अधिक झाली. मोगलांनी देशात सर्वत्र स्वतःचे प्रतिनिधी म्हणून महाजन व सावकार यांना नियुक्त केले व कर वसूलीचे काम त्यांच्याकडे सोपविले. या सावकारांनी प्रथम ऋणांची देवघेव व उधारीचे व्यवहार हे व्याजदरांवर करण्याचे आरंभिले. त्यानंतर याच प्रतिष्ठित सधन सावकारांनी स्वतःच्या मुद्रा तयार करण्यास सुरुवात केली. सुरुवातीच्या काळात सुरक्षिततेसाठी आपली द्रव्य संपत्ती लोक सोनारांकडे किंवा सावकारांकडे ठेवत असत. ठेवीदाराला त्याबद्दलची पावती देण्यात येत असे. या रकमेची मागणी करताच ठेवीदाराला त्याची रक्कम परत मिळत असे. पुढे ठेवीदाराच्या आदेशाप्रमाणे दुसऱ्या व्यक्तीला किंवा वाहकास रक्कम देण्याची प्रथा अस्तित्त्वात आली. काही काळानंतर सोनारांच्या (ठेवी स्वीकारणाऱ्यांच्या) असे लक्षात आले की, लोकांकडून घेतलेल्या रकमा त्यांच्याजवळ तशाच पडून राहतात. त्याऐवजी पडून असलेल्या रक्कमा आपण गरजु व विश्वासू लोकांना ठराविक व्याज आकारून कर्जाऊ दिल्यास त्यापासून लाभ मिळविता येऊ शकतो. ठेवींमधून व्याजरूपाने उत्पन्नाची बाब निर्माण झाल्यामुळे लोकांकडून जास्तीत जास्त ठेवी मिळविण्यासाठी ठेवीधारकांमध्ये स्पर्धा सुरु झाली. या स्पर्धेची परिणती म्हणजे ठेवीधारकांकडून ठेवी स्वीकारल्या बद्दल अथवा त्यांच्या संपत्तीचे रक्षण केल्या बद्दल त्यांच्याकडून व्याज घेण्याऐवजी त्यांना ठेवीवर व्याज देण्याची प्रथा रूढ झाली. यानंतरचा काळ मात्र भारतातील खाजगी बँकिंग व्यवस्थेला फारसा पोषक ठरल्याचे दिसून येत नाही. मध्ययुगातील वाढती अराजकता आणि सततचे होणारे युद्ध आणि त्यामुळे होणारे सत्तांतरण यामुळे सावकार व सोनार या सारख्या बँकेच्या पूर्वजांना हा व्यवसाय

करणे कठीण होत गेले. त्याचबरोबर तत्कालीन धार्मिक आणि सामाजिक विचारप्रणाली व्याज देण्या आणि घेण्याच्या कल्पने विरूद्ध होती. इंग्रज सत्तेच्या आगमना बरोबर भारतातील स्थानिक बँकर्स (सावकार) ला मिळणारे स्थानिक राजकीय पाठबळ हळूहळू ऱ्हास पावत गेले. पारंपारिक बँकिंग पद्धतीची जागा आधुनिक अथवा परिपूर्ण बँकिंग संस्थांनी घेतली. तेथून भारतामध्ये आधुनिक बँकिंग पद्धतीची नांदी सुरु झाली.

इंग्रजांनी भारतात केवळ राजकीय, सामाजिक व सांस्कृतिक परिवर्तनच घडवून आणले नाही तर आर्थिक क्षेत्रात देखील अनेक बदल घडवून आणल्याचे दिसून येते. इंग्रजी सत्तेचा उदयकाल हा भारतीय सावकारांच्या वैभवाचा अस्त करणारा ठरला. मध्ययुगीन व मोघलकाळात सावकारांना मोठ्या प्रमाणात राजमान्यता व लोकमान्यता मिळालेली होती. तत्कालीन सावकार स्वतःच्या व्यावसायीक चातुर्याबद्दल, संपन्नतेबद्दल व प्रामाणिकते बद्दल फार प्रसिद्ध होते. प्रसिद्ध यात्री 'टेवर्नियर' यांच्या मते युरोपातील यहुदी जगात सर्वोत्तम सावकार मानले जातात परंतु यहुदी सावकार भारतीय श्रेष्ठींच्या (सावकार) शिष्यत्त्वाच्या योग्यतेचे देखील नाहीत. इंग्रजांच्या सत्तेमुळे या सावकारांचे पतन होऊन भारतात आधुनिक अधिकोषणाचा प्रभाव हळूहळू वाढण्यास सुरुवात झाली. भारतामध्ये आधुनिक बँकेची सुरुवात इंग्रज कालखंडामध्येच झाली. इ.स.१७७० मध्ये 'अलेक्झांडर ॲन्ड कंपनी' (Alexander & Company) या ब्रिटीश कंपनीने 'बँक ऑफ हिंदुस्थान' या नावाने कलकत्ता येथे भारतातील पहिल्या आधुनिक बँकेची स्थापना केली. ही बँक ज्या इंग्लीश एजन्सी हाऊसने सुरु केली होती ते एजन्सी हाऊस बंद पडल्यामुळे ही बँक इ.स. १७८२ मध्ये बंद पडली.[७] त्यानंतर ईस्ट इंडिया कंपनीने भारताच्या प्रमुख तीन भागांमध्ये 'बँक ऑफ बँगाल', 'बँक ऑफ बॉम्बे' आणि 'बँक ऑफ मद्रास' या तीन मोठ्या बँकांची स्थापना अनुक्रमे इ.स. १८०९, इ.स. १८४० आणि इ.स. १८४३ मध्ये केली. या बँका इलाखा बँक म्हणून प्रसिद्ध होत्या. या तिन्ही बँकांचे कार्य इ.स. १९२० पर्यंत सुरुळीत स्वरूपात चालू होते. त्यानंतर या बँकांचे एकत्रीकरण करून २७ जानेवारी १९२१ मध्ये त्यांचे 'इम्पीरियल बँक ऑफ इंडिया' असे नामकरण करण्यात आले. या इम्पीरियल बँक ऑफ इंडियाचे इ.स. १९५५ मध्ये भारत सरकारने राष्ट्रीयीकरण करून तिचे नामकरण 'स्टेट बँक ऑफ इंडिया' असे करण्यात आले. या बँकेची यशस्वी वाटचाल आजतागायत सुरु असून वर्तमान स्थितीत स्टेट बँक ऑफ इंडिया ही एक विशाल अधिकोषण जाळे असलेली देशातील अग्रगण्य बँक आहे.[८]

१.४ बँक शब्दाची व्युत्पत्ती आणि स्वरूप :

बँक (Bank) या शब्दाची व्युत्पत्ती 'Banco', 'Bancus', 'Banque','Bank' इत्यादी शब्दांपासून झाल्याचे म्हटले जाते. या शब्दांचा अर्थ 'बाक' असा होतो. इटालियन लोक कर्जाऊ देण्यासाठी जमविलेल्या रकमेची रास बाकावर ठेवत असत. त्यावरुन 'बँक' हा शब्द अस्तित्त्वात आला असे म्हटले जाते. काहींच्या मते बँक या शब्दाची व्युत्पत्ती 'Back' या जर्मन शब्दापासून झाली असून त्याचा अर्थ 'संयुक्त निधी' असा होतो. Back या जर्मन शब्दाचे इटालियन भाषेतील रूपांतर 'Bauco' असे होते. यावरून Bank हा शब्द रूढ झालेला आहे असे म्हटले जाते.[९] बँक शब्दाच्या

निर्मिती विषयी मतभिन्नता असली तरी ज्या काळात बँक या शब्दाची व्युत्पत्ती शोधण्यात येते त्याकाळावरून बँक व्यवसाय फार प्राचीन असल्याचे स्पष्ट होते.

बँकिंग म्हणजे लोकांकडून ठेवी स्वीकारणे आणि त्याआधारे गरजु लोकांना कर्जे देणे होय. या दोन्ही प्रकारच्या कार्यांना अनन्यसाधारण महत्त्व आहे. किंबहूना ही दोन कार्ये बँकेची अभिन्न अंग आहेत. बँकेचे स्वरूप आणि व्याप्तीची कल्पना बँकेच्या व्याख्यांवरून येते. त्यापैकी काही व्याख्या पुढीलप्रमाणे आहेत.

ऑक्सफर्ड शब्दकोशानुसार :-

"आपल्या ग्राहकांकडून किंवा त्यांच्यावतीने मिळालेल्या पैशाचे संरक्षण करणारी संस्था म्हणजे बँक होय. ग्राहकांनी काढलेल्या धनादेशाचे पैसे देणे हे तिचे महत्त्वाचे कार्य होय. ग्राहक ज्या पैशाचा उपयोग करीत नाहीत त्या पैशाचा उपयोग करून बँकेला नफा मिळतो."

इंग्लंडचे विनिमय बिल विधान सन १८८२ नुसार :-

"बँक या गोष्टीत अशा प्रत्येक व्यक्तीचा, फर्मचा आणि कंपनीचा अंतर्भाव होतो की, ज्यांच्याजवळ असे व्यवसायाचे स्थान आहे की, ज्याठिकाणी ठेवी आणि पैसा यांच्या सहाय्याने खाते उघडले जाते. चेक, ड्राफ्ट किंवा आदेशाद्वारे रकमेचे शोधन होते किंवा ज्याठिकाणी शेअर्स इत्यादी तारणावर रक्कम उचल म्हणून किंवा कर्जाऊ दिली जाते. "

भारतीय बँकिंग कंपनी अॅक्ट, १९४९ नुसार :-

"कर्ज देण्यासाठी किंवा गुंतवणूक करण्यासाठी लोकांच्या पैशाच्या ठेवी स्वीकारणे, त्या ठेवींची मागणी करताच शोधन करणे, किंवा त्या ठेवी चेक, ड्राफ्ट किंवा अन्य मार्गाने ठेवीदारास किंवा त्यांच्या आदेशानुसार इतरास परत करणे इत्यादी कार्य करणाऱ्या संस्थेला बँक असे म्हणतात."

प्रा. किनले च्या मते :-

"जी संस्था कर्जाची सुरक्षितता लक्षात घेऊन गरजु व्यक्तींना रकमा उधार देते आणि पैशाची गरज नसतांना लोक आपल्याजवळील पैसा विश्वासाने ज्या संस्थेजवळ ठेवतात त्या संस्थेला बँक असे म्हणतात."

प्रा. हार्टच्या मते :-

"बँकर म्हणजे अशी व्यक्ती की, जी आपल्या सामान्य व्यवहारात पैसे स्वीकारते आणि ज्यांच्याकडून अथवा ज्यांच्या खाती पैसे जमा होत असतील त्यांचे चेक्स स्वीकारून पैशाची परतफेड करते."

जोन पेजेन्ट यांच्या मते :-

"कोणत्याही व्यक्तीला अथवा संस्थेला तो पर्यंत बँकर म्हणून घेण्याचा अधिकार नाही जो पर्यंत ती १. खात्यावर ठेवी स्वीकारीत नाही. २. चालू खात्यात पैसा जमा करीत नाही. ३.स्वतः च्या

नावावर काढलेले चेक निर्गमित अथवा शोधन करित नाही. ४. आपल्या ग्राहकांकडून रेखांकीत (Crossed) अथवा बिनरेखांकीत चेकचे पैसे एकत्रित करीत नाही. एखाद्या व्यक्ती अथवा संस्थेद्वारा उपरोक्त सर्व कार्ये केली जात असली तरी त्या व्यक्ती अथवा संस्थेला त्यावेळेपर्यंत बँकर म्हणणे योग्य होणार नाही की, जो पर्यंत ती व्यक्ती अथवा संस्था पुढील शर्ती पूर्ण करीत नाही. १. बँकिंग हा त्या व्यक्ती अथवा संस्थेचा मुख्य व्यवसाय असावा. २. ती व्यक्ती अथवा संस्था, बँकर अथवा बँक असल्याची घोषणा करते व लोक तिला तसे मानतात. ३. हा व्यवसाय करून नफा मिळविण्याचा उद्देश असावा. ४. प्रस्तुत व्यवसाय हा त्या व्यक्ती अथवा संस्थेचा गौण व्यवसाय नसावा.

फिन्डले शिराज यांच्या मते :-

"बँकर अशी व्यक्ती, फर्म किंवा संस्था आहे की, जी आपल्या व्यापारी कार्यालयात पैसा किंवा चलनाच्या ठेवी स्वीकारून त्याद्वारे प्रत्यय निर्मीतीचे कार्य करते. त्या ठेवींचे चेक, ड्राफ्ट, किंवा आदेशाच्या सहाय्याने शोधन करते. स्टॉक, बॉण्डस् किंवा मौल्यवान धातूच्या तारणावर कर्ज किंवा अग्रीम देते आणि हुंड्या किंवा प्रतिज्ञापत्र वटविण्याकरिता किंवा विक्रीकरिता स्वीकारते."

वरील सर्व प्रचलित व्याख्या बँक या संस्थेच्या स्वरूपावर आणि प्रामुख्याने प्राथमिक आणि अधिक महत्त्वाच्या कार्यावर प्रकाश टाकणाऱ्या आहेत. २१ व्या शतकामध्ये कोणतीही संस्था स्पर्धेपासून अलिप्त राहलेली नाही. याला बँक ही संस्था देखील अपवाद नाही. त्यामुळे या क्षेत्रात दरदिवशी नवीन संकल्पना रूजत चाललेल्या आहेत. बँक या संस्थेने वर निर्देशित कार्यांच्या व्यतिरिक्त अनेक कार्यांना प्रारंभ केलेला आहे. बँक ही संस्था कोणत्याही प्रकारच्या अर्थकारणाची अभिन्न अंग बनलेली आहे. आधुनिक काळात बँके शिवाय अर्थकारण ही कल्पनाच केली जावू शकत नाही.

संदर्भ सूची :-

1. Rama Krishna G. & Rao K. Venu Gopal (2008) "Performance of Public Sector Banks after Reforms", Serial Publication, New Delhi P.No. 1

2. Vaish M. L. (1999), "Maicro Economic Theory", Vikas Publishers, New Delhi, P.No. 540

3. Verma J. C. (1989), "A Manual of Murchant Banking" Bharat Law House, New Delhi, P.No. 23

4. जातक १, १२१, २३०, IV, २५६ आणि कौशल्य अर्थशास्त्र खंड II अध्याय.

5. कौटील्य अर्थशास्त्र खंड III, अध्याय १४

6. नागर विष्णुदत्त आणि नागर कृष्णवल्लभ (१९९७), "प्राचीन भारतीय आर्थिक दर्शन" मध्यप्रदेश हिंदी ग्रंथ ॲकेडमी, भोपाल.

7. Rama Krishna G & Rao K Venu Gopal (2008) "Performance of Public sector Banks after Reforms", Serials Publication, New Delhi, P. No. 3

8. Tannan M. L. (2010) "Banking Law and Practice in India", Lexis Nexis Butterworths Wadhawa, Nagpur, Pg.39.

प्रकरण दोन

भारतातील अधिकोषण सुधारणांची पार्श्वभूमी

२.१ प्रस्तावना

बँकिंग क्षेत्र हे भारतीय अर्थव्यवस्थेतील सर्वात मोठे संघटित आणि गतिशील क्षेत्र आहे. भारतात स्वातंत्र्यपूर्व काळात बँकिंग व्यवस्था विद्यमान होती. परंतु त्यामध्ये परस्पर समन्वय, परस्पर सामंजस्य आणि विनियमनाचा अभाव होता. स्वातंत्र्योत्तर काळात अधिकोषण विकासाच्या गतीमध्ये व दिशेमध्ये बदल होणे तसेच भारताच्या योजनाबद्ध आर्थिक विकासात अधिकोषांची जबाबदारी वाढणे अपरिहार्य होते. या अनुषंगाने स्वातंत्र्योत्तर काळात अधिकोषण क्षेत्रात अनेक प्रकारच्या सुधारणा करण्यात आल्या. यामध्ये बँक विषयक स्वतंत्र कायद्याची तरतुद, बँकांवरील सामाजिक दायित्व विचारात घेऊन त्यांचे गरजेनुसार राष्ट्रीयीकरण करण्याची तरतुद, सामाजिक दायित्व पूर्ण करीत असतांना बँकेच्या मुलभूत तत्त्वाकडे झालेले दुर्लक्ष दूर करण्याकरिता आणि देशातील अधिकोषण व्यवसाय आंतरराष्ट्रीय दर्जाचा करण्याच्या उद्देशाने अनेक सुधारणांची अंमलबजावणी अधिकोषण क्षेत्राच्या सर्वांगिण विकासाच्या दृष्टीने करण्यात आली. या सर्व बदलांचा विचार अधिकोषण विकासाचे टप्पे म्हणून करता येईल. प्रस्तुत प्रकरणामध्ये भारतातील अधिकोषण क्षेत्रातील विकासाच्या टप्प्यांचा आढावा घेण्यात आला असून राष्ट्रीयीकरणाच्या उद्दिष्टांची यशस्वीता पडताळण्यात आलेली आहे.

भारतीय अधिकोषण व्यवस्थेच्या विकासाला खऱ्या अर्थाने स्वातंत्र्यप्राप्तीनंतर गती मिळाली. या कालखंडाचा विचार करता भारतातील अधिकोषण विकासाचे ढोबळमानाचे तीन टप्प्यामध्ये वर्गीकरण करता येईल. पहिला टप्पा म्हणजे 'अधिकोषण विनिमयन कायदा, १९४९' होय. हा कायदा म्हणजे भारतातील अधिकोषण व्यवस्थेच्या विकासाच्या दृष्टीने टाकलेले महत्त्वाचे पाऊल होय. या कायद्यामुळे भारतीय रिझर्व्ह बँकेला पर्यायाने केंद्र सरकारला संपूर्ण अधिकोषण क्षेत्रावर नियंत्रण राखण्याचा अधिकार प्राप्त झाला. परिणामतः भारतातील अधिकोषण विकासाला एक दिशा मिळाली. दुसरा आणि अधिकोषण व्यवस्थेच्या सर्वव्यापकतेच्या दृष्टीने अधिक महत्त्वाचा टप्पा म्हणजे १४ जुलै १९६९ रोजी करण्यात आलेले 'व्यापारी अधिकोषांचे राष्ट्रीयीकरण' होय. तत्कालीन सरकारच्या या निर्णयाने भारतातील अधिकोषण व्यवस्थेमध्ये क्रांती घडवून आणली. पहिल्या आणि दुसऱ्या टप्प्यांचा तुलनात्मक विचार करता अधिकोषण क्षेत्रात मोठ्या प्रमाणात संख्यात्मक वृद्धी प्राप्त करून देण्यामध्ये राष्ट्रीयीकरणाच्या निर्णयाने मोलाची भूमिका पार पाडली. केवळ संख्यात्मक वृद्धीकडे अधिक लक्ष्य पुरविल्यामुळे गुणात्मक बाजूकडे मात्र दरम्यानच्या काळात दुर्लक्ष झाले. त्यामुळे अधिकोषण क्षेत्राचे

पुर्नपरिक्षण करण्याची वेळ सरकारवर येऊन ठेपली. त्यामधूनच १९९१ च्या अधिकोषण सुधारणांचा उदय झाला. १९९१ च्या अधिकोषण सुधारणा म्हणजेच भारतीय अधिकोषण क्षेत्राच्या विकासातील तिसरा टप्पा होय. प्रस्तुत प्रकरणामध्ये भारतातील अधिकोषण व्यवस्थेच्या विकासातील पहिल्या दोन टप्प्यांचा विचार करण्यात आला आहे. १९९१ मध्ये करण्यात आलेल्या अधिकोषण सुधारणांना पार्श्वभूमी प्रदान करणारा हा भाग असल्यामुळे या प्रकरणात प्रथम टप्पा म्हणून १९४९ चा अधिकोषण विनियमन कायदा आणि १९६९ सालचे व्यापारी बँकांचे राष्ट्रीयीकरण या दोन टप्प्यांचा आढावा घेण्यात आला आहे.

२.२ बँकिंग विनियमन कायदा -१९४९

बँकांचे विनियमन हा विषय भारतातच नव्हे तर संपूर्ण जगामध्ये नेहमीच विवादाचा राहिलेला आहे. यामध्ये नियमनाचे दोन प्रकार पडतात. एक म्हणजे प्रत्यक्ष नियंत्रण उदा. व्याजदराचे नियमन आणि दुसरे म्हणजे अप्रत्यक्ष नियंत्रण उदा. बँकांचे विलिनीकरण किंवा प्रवेश नियमन होय. प्रत्यक्ष नियंत्रणे हे बँकांच्या वर्तनावर सरळ परिणाम करतात. तर अप्रत्यक्ष नियंत्रणे बाजारातील संरचनेच्या माध्यमातून प्रभाव टाकतात. अधिकोषण विनियमनांचे बाजारपेठेवर अथवा अर्थव्यवस्थेवर अपेक्षित परिणाम घडून येण्यासाठी केवळ ठराविक प्रकार आणि पद्धतीच्याच नियंत्रणाची आवश्यकता नसून बँकांवरील नियंत्रणाचे योग्य समायोजन महत्त्वाचे असते. प्रत्यक्ष आणि अप्रत्यक्ष विनियमनांचा मेळ घालण्याचा प्रयत्न भारतामध्ये १९४९ च्या बँकिंग विनियमन कायद्याच्या माध्यमातून करण्यात आला आहे. तत्पूर्वी सुद्धा भारतामध्ये अधिकोषण क्षेत्र नियंत्रित करण्यासाठी विविध प्रयत्न करण्यात आले.

२.२.१ बँकिंग कायद्यापूर्वीची स्थिती

अधिकोषांच्या नियमनाच्या दृष्टीने १८६० मध्ये भारतात अधिकोषांना मर्यादित दायित्वाचे तत्त्व लागू करण्यात आले. त्यांनतर १८८१ मध्ये चलनक्षम दस्तऐवजाचा कायदा समंत करण्यात आला. १९१३ मधील कंपन्यांच्या कायद्यामध्ये अधिकोषण विषयक काही तरतुदी करण्यात आल्या. त्यानंतर १९३६ मध्ये कंपनी कायद्यातील अधिकोषण विषयक तरतुदींमध्ये काही दुरुस्त्या करण्यात आल्या. त्यामागील उद्देश पुढील प्रमाणे होता.

- नवीन अधिकोषांच्या प्राप्त भांडवलाची किमान मर्यादा निश्चित करून अधिकोषांच्या भांडवलाची बांधणी भक्कम करणे.
- राखीव निधी व रोख संचिती यांच्यात समतोल राखणे.
- अधिकोषणासारख्या अनुषंगीक कंपन्यांच्या स्वरूपावर निर्बंध लावणे.
- व्यवस्थापक अभिकरण (Agency) पद्धतीच्या कार्यावर निर्बंध घालणे.
- कायद्यामध्ये समाविष्ट न केलेल्या कोणत्याही प्रकारचा व्यवसाय अधिकोषांनी करू नये म्हणून निर्बंध घालणे.[१]

१९३६ च्या कंपनी कायद्याच्या अधिकोषण विषयक दुरूस्ती अथवा तरतुदीनंतरही अधिकोषण विषयक व्यवहारांचे विनियमन करणारा सर्वकक्ष असा कायदा असावा या दृष्टीने हालचाली सुरूच होत्या. त्या अनुषंगाने रिझर्व्ह बँक ऑफ इंडियाने अधिकोषण विषयक स्वतंत्र कायद्याबाबतचा प्रस्ताव भारत सरकारकडे पाठविला. दरम्यानच्या काळात १९३८ मध्ये 'त्रावणकोर राष्ट्रीय' आणि 'क्विलॉन बँक मर्यादित' बुडाली. त्यामुळे अधिकोषण विषयक कायद्याची गरज पुन्हा एकदा प्रकर्षाने जाणवू लागली. १९३६ च्या कंपनी कायद्याच्या अधिकोषण विषयक तरतुदी अपुऱ्या वाटायला लागल्या. तसेच रिझर्व्ह बँकेने भारत सरकारकडे पाठविलेला स्वतंत्र अधिकोषण विषयक कायद्याचा प्रस्ताव दुसऱ्या महायुद्धामुळे प्रलंबीत पडला. परंतु अधिकोषांची अयोग्य रितीने वाढ होऊ नये व अधिकोष बुडण्याच्या घटनांना आवर बसावा या दृष्टीने १९४२ आणि १९४४ मध्ये कंपनी कायद्यात काही दुरूस्त्या व तरतुदी करण्यात आल्या त्यामध्ये खालील बाबींचा समावेश होता.

- बँक, बँकर आणि बँकिंग हे शब्द कंपनीने आपल्या नावात समाविष्ट करण्यावर निर्बंध.
- लोकांच्या सेवायोजनांवर निर्बंध.
- निरनिराळ्या प्रकारच्या भांडवलाच्या संसाधनांवर निर्बंध.
- मतदानाच्या हक्कासंबंधी तरतुदी.

सरकारने १९४६ मध्ये रिझर्व्ह बँकेला बँकिंग कंपन्यांची तपासणी करण्याचे व अधिकोषांनी सुरू केलेल्या नवीन शाखावर नियंत्रण ठेवण्यासंबंधीचे अधिकार दिले. १९४८ साली अधिकोषण विषयक कायद्याचा प्रस्ताव ठेवण्यात आला. या प्रस्तावाला मान्यता मिळून १९४९ मध्ये अधिकोषण कंपन्यांचा कायदा (Banking Companies Act) संमत झाला. सन १९४४ पासूनच केंद्र सरकारने या संबंधीचे विधेयक मांडण्याची तयारी केला होती. परंतु प्रत्यक्षात स्वातंत्र्यप्राप्तीनंतरच बँक व्यवसाय नियंत्रित करणारा स्वतंत्र असा कायदा पास करण्यात आला. अधिकोषांच्या कारभारावर योग्य नियंत्रण ठेवून अधिकोषण व्यवसायाची उभारणी भक्कम पायावर करण्याच्या उद्देशाने १९४९ चा अधिकोषण कंपन्यांचा कायदा भारतीय बँकिंगच्या इतिहासातील एक महत्त्वाचा टप्पा समजला जातो. कारण या कायद्याने रिझर्व्ह बँकेस बँक व्यवसायाच्या सर्वप्रमुख अंगावर नियंत्रण ठेवण्याचा अधिकार प्राप्त झाला. या कायद्याची अंमलबजावणी १६ मार्च १९४९ पासून सुरू झाली.

२.२.२ बँकिंग विनियमन कायद्यामधील महत्त्वाच्या सुधारणा

१९४९ मध्ये बँकिंग कंपनी कायदयाच्या स्वरुपात अधिकोषांकरिता स्वतंत्र कायदा अस्तित्वात आला असला तरी बँक विषयक सर्वकष असा हा कायदा नव्हता. त्यामुळे हा कायदा संमत केल्यानंतर वेळोवेळी या कायद्यातील दोष किंवा अपुरेपणा आढळून आला तेव्हा त्या कायद्याच्या तरतुदींमध्ये आवश्यक त्या सुधारणा करण्यात आल्या. त्यापैकी १९४९ ते १९६९ या कालखंडात करण्यात आलेल्या काही महत्त्वपूर्ण सुधारणा पुढील प्रमाणे आहेत.

१९४९ ते १९५६ म्हणजेच अधिकोषण विनियमन कायदा ते भारतातील कंपनी कायद्याच्या निर्मितीपर्यंत अधिकोषण क्षेत्रातील अडचणी विचारात घेऊन अधिकोषण विनियमन कायद्यामध्ये काही दुरूस्त्या करण्यात आल्या त्यापैकी काही पुढील प्रमाणे होते.

- स्वतःच्या मर्जीने एकत्रीकरण करणाऱ्या अधिकोषण कंपन्यांसाठी एकत्रीकरणाची सोपी पद्धत.
- भारतीय अधिकोषांनी विदेशामध्ये शाखा उघडण्यावर विनियमन.
- कारभार गुंडाळणीसाठी त्वरीत अंमलबजावणीची पद्धत.
- रिझर्व्ह बँकेच्या अधिकारांची कक्षा विस्तारीत करण्यात आली. यामध्ये खालील बाबींचा समावेश होता.

अ) बँकेचे संचालक, व्यवस्थापक, अभिकर्ता (Agent) आणि मुख्य कार्यकारी अधिकारी यांच्या नेमणूकींचा कालखंड निश्चित करण्यासंबंधीचा अधिकार.

ब) बँकिंग कंपन्यांना नीती विषयक मार्गदर्शन करणे.

क) बँकिंग कंपन्यांच्या व्यवहाराची निरिक्षकाकरवी पाहणी करून घेण्याचा अधिकार.

विनियमनाच्या माध्यमातून बँकिंग क्षेत्रावर केवळ नियंत्रणाचा फास न आवळता या क्षेत्रामध्ये अधिक लवचिकता यावी या उद्देशाने अधिकोषण कंपन्यांच्या कायद्यात पुन्हा १९५९ साली काही महत्त्वपूर्ण सुधारणा करण्यात आल्या.

तत्पुर्वी १९५६ मध्ये अस्तित्त्वात आलेल्या कंपन्यांच्या कायद्याने अधिकोषांच्या विनियमनात आणखी भर घातली. एक कंपनी या नात्याने अधिकोषणाचा व्यवसाय करणाऱ्या कंपनीला सुद्धा कंपन्यांचा कायदा १९५६ मधील तरतुदी लागू पडतात. १९५९ साली अधिकोषण विनियमन कायद्यामध्ये ज्या सुधारणा करण्यात आल्या त्या पुढील प्रमाणे आहेत.

- भारताच्या राज्य बँकेकडे रोख संचिती ठेवण्याची सवलत गैरअनुसूचित बँकांना देण्यात आली.
- अधिकोषणाचा व्यवसाय फक्त भारताबाहेर करण्यासाठी आनुषंगिक कंपन्या काढण्याची परवानगी देण्यात आली.
- विशिष्ट प्रकारच्या गुंतवणूकीवर घसारा न काढता लाभांशाचे प्रदान करण्याची बँकिंग कंपन्यांना परवानगी देण्यात आली.
- भारतीय बँकांच्या परदेशातील शाखांची तपासणी करण्याची तरतुद करण्यात आली.

➤ रिझर्व्ह बँक ऑफ इंडियाचे इतर बँकांवरील नियंत्रणासंबंधीचे अधिकार विस्तारीत करण्यात आले.

या तरतुदींमुळे बँकिंग विनियमनाला लवचिकतेची जोड मिळाली. परंतु प्रस्तुत सुधारणा आणि बँकिंग कंपनी कायदा सुद्धा भारतातील तत्त्कालीन बँक बुडीच्या घटनांना थांबवू शकला नाही. तशी बँका बुडण्याची समस्या भारतासाठी नवीन नव्हती. १९१३ ते १९१७ या कालखंडात भारतातील बँका बुडण्याचे प्रमाण सतत वाढते होते. १९१३ मध्ये १२ बँका तर १९१४ मध्ये ४२ बँका बुडाल्या. १९२३ हे वर्ष येईपर्यंत बुडालेल्या बँकांची संख्या १४३ पर्यंत जावून पोहचली होती. त्यांचे एकूण भरणा झालेले भांडवल (Paid up Capital) रू.६५९ लाख एवढे होते. भारतात बुडालेल्या बँकांची संख्या १९४७ पर्यंत ५४७ पर्यंत पोहोचली. १९५४ मध्ये इतर वर्षाच्या तुलनेत कमी म्हणजे १४ बँका बुडीत निघाल्या. १९६० मध्ये दोन मोठ्या बँका बुडाल्यानंतर करण्यात आलेल्या बँकिंग कंपनी कायद्याच्या कलम ४५ मधील तरतुदींमुळे बँक बुडीची समस्या कमी होण्यास मदत झाली. कलम ४५ मधील उपकलम ४५(J) मधील तरतुदीनुसार कारभार गुंडाळावयाच्या बँकिंग कंपनी संबंधीत गुन्ह्यांबद्दल शिक्षा करण्याविषयीची विशेष तरतुद तसेच उपकलम ४५ (H) नुसार अपराधी संचालकांकडून घ्यावयाच्या नुकसान भरपाई ठरविण्याविषयीची विशेष तरतुद करण्यात आली. या तरतुदीनंतरही १९६० मध्ये बुडालेल्या 'लक्ष्मी बँक' आणि 'पलाइ मध्यवर्ती बँक' यामुळे बँकिंग कायद्याच्या सुधारणेची आणि नवीन तरतुदी करण्याची प्रक्रिया पुढेही सुरू राहली.

बँक बुडण्याच्या घटनांमुळे ठेवीदारांचे होणारे नुकसान विचारात घेवून जानेवारी १९६२ मध्ये 'ठेव विमा महामंडळ' ची स्थापना करण्यात आली. सोबतच रिझर्व्ह बँक ऑफ इंडियाला बँकांना निलंबन आदेश देण्याविषयी व त्यांच्या पुर्नरचनेच्या योजना मंजुर करण्याविषयी किंवा दोन बँकांच्या विलिनीकरणाविषयी केंद्र सरकारकडे अर्ज करण्याचा अधिकार देण्यात आला. बँक बुडण्याच्या प्रवृत्तीला आळा बसावा म्हणून पुढे १९६२ आणि १९६३ मध्ये बँकिंग कंपन्यांच्या कायद्यात काही महत्त्वाच्या दुरूस्त्या करण्यात आल्या त्या पुढील प्रमाणे.

➤ राखीव निधीची रक्कम प्राप्त भांडवलाइतकी झाली तरीसुद्धा बँकेच्या स्वतःच्या निधीत वाढ व्हावी या उद्देशाने निव्वळ नफ्याच्या २० प्रतिशत एवढी रक्कम राखीव निधीत हस्तांतरीत करावी.

➤ विदेशी बँक कंपन्यांनी त्यांच्या वार्षिक नफ्याच्या २० प्रतिशत एवढी रक्कम रिझर्व्ह बँकेत ठेवावी.

➤ नवीन बँकेची स्थापना करतांना आवश्यक असलेल्या किमान भांडवलाची मर्यादा रू.५०,००० वरून रू.५,००,००० पर्यंत वाढविण्यात आली.

➤ बँकांकडे रोख संचितीचे प्रमाण कमी असावे यामध्ये आवश्यकतेनुसार बदल करण्याचा अधिकार रिझर्व्ह बँकेला देण्यात आला.

➢ बँकिंग कपंन्यांनी द्यावयाच्या अग्रीम रकमेवर नियंत्रण ठेवण्याविषयी व कार्यकारी कार्मिकांना काढून टाकण्याविषयीचे अधिकार रिझर्व्ह बँकेला देण्यात आले.

➢ बँकांनी बाळगावयाच्या तरल गुणोत्तराच्या किमान मर्यादेमध्ये वाढ करण्यात आली आणि मागणी दायित्व (Libilities) आणि मुदती दायित्व याबाबत अनुक्रमे ५ प्रतिशत आणि ३ प्रतिशत रोख संचिती ठेवण्या ऐवजी ३ प्रतिशत समान रोख संचितीचे प्रमाण निर्धारीत करण्यात आले.

➢ भागधारकांच्या मतदाना विषयी एका भागधारकाचा एका बँकिंग कंपनीमधील मतदानाचा हक्क एकूण मतांच्या ५ प्रतिशत वरून १ प्रतिशत पर्यंत कमी करण्यात आला.

➢ बँकेच्या प्रमुख कार्यकारी अधिकाऱ्याची नेमणूक जास्तीत जास्त ५ वर्षाकरिता असावी असा निर्बंध घालण्यात आला.

➢ कोणत्याही बँकिंग कंपनीसाठी अधिक संचालक नेमूण देण्याचा अधिकार रिझर्व्ह बँकेला देण्यात आला.[२]

१९०४ आणि १९१२ च्या सहकार कायद्यापासून भारतामध्ये सहकारी अधिकोषणांची नांदी सुरू झाली. स्वातंत्र्यप्राप्तीनंतर सहकारी अधिकोषांचे वाढते महत्त्व लक्षात घेता त्यांच्या व्यवहारांचे रिझर्व्ह बँकेमार्फत विनियमन होणे आवश्यक होते. रिझर्व्ह बँकेमार्फत होणारी सहकारी अधिकोषांची तपासणी व्यवस्था पतपुरवठ्याचे विनियमन करण्याच्या दृष्टीकोणातून अपुरी पडू लागली. शिवाय अधिकोषण हा विषय केंद्र सरकारच्या अंतर्गत येत असल्यामुळे सहकारी क्षेत्रातील अधिकोषांचे विनियमन करणे हे केंद्र सरकारचे कर्तव्य होते. त्यादृष्टीने केंद्र सरकारच्या वतीने रिझर्व्ह बँकेला सहकारी बँकांचे विनियमन करण्यासाठी कायदेशीर तरतुद आवश्यक होती. या बाबींचा विचार करून १९६५ साली अधिकोषण कंपन्यांच्या कायद्यात दुरूस्ती करण्यात आली. त्या दुरूस्तीनुसार सहकारी अधिकोषांना लागू होणाऱ्या कायद्याच्या तरतुदी The Banking Laws (Application to Co-operative Societies) Act, १९६५ नुसार अस्तित्त्वात आल्या. मुळ अधिकोषण कंपन्यांचा कायदा फक्त कंपनी अधिकोषांना लागू होता. परंतु त्यामध्ये सहकारी अधिकोषण विषयक दुरस्ती केल्यामुळे सहकारी अधिकोषण क्षेत्रालाही हा कायदा लागू झाला. या बदलामुळे अधिकोषण विषयक मुळ कायद्याचे नाव बदलण्यात येऊन त्याला अधिकोषण विनियमन कायदा, १९४९ (Banking Regulation Act १९४९) असे नाव देण्यात आले.[३]

अशा प्रकारे अधिकोषण विनियमन कायद्यामध्ये वेळोवेळी आवश्यकतेनुसार सुधारणा आणि तरतुदी करून अधिकोषण क्षेत्राला स्थैर्य आणि सुरक्षितता प्राप्त करून देण्याचा प्रयत्न करण्यात आला. परिणामतः अधिकोषण क्षेत्राचा विकास होऊन देशाच्या आर्थिक समृद्धतेत भर टाकण्यात अधिकोषण विनियमन कायद्याची मोलाची भूमिका राहिलेली आहे. परंतु ही भरभराट केवळ ठराविक क्षेत्र जनसमुदायापुरतीच मर्यादित ठरल्यामुळे अधिकोषांवर सामाजिक नियंत्रण प्रस्थापित करून

देशातील सर्वच क्षेत्रांना आणि दुर्लक्षित ग्रामीण जनसमुदायाला अधिकोषण व्यवस्थेचे लाभ मिळावेत या हेतूने अधिकोषांवरील सामाजिक नियंत्रणांची मागणी पुढे आली.

व्यापारी बँकांच्या कारभार आणि धोरणातील दोष दूर करण्यासाठी बँकांचे राष्ट्रीयीकरण करावे अशी मागणी करण्यात येऊ लागली. परंतु १९६७ साली अर्थमंत्र्यांनी व्यापारी बँकांच्या संपूर्ण राष्ट्रीयीकरणाची सध्या गरज नसून सामाजिक नियंत्रणाच्या सहाय्याने सुद्धा आपली उद्दिष्ट्ये साध्य करता येतील असे मत व्यक्त केले. बँकांचे राष्ट्रीयीकरण आणि बँकांवरील सामाजिक नियंत्रण यामधील फरक म्हणजे राष्ट्रीयीकरणामध्ये बँकांच्या भागभांडवलाची सर्व मालकी सरकारकडे येते तर सामाजिक नियंत्रणात भागभांडवल खाजगी मालकीचे असून त्यांच्या कारभारावर व धोरणावर शासनाचे नियंत्रण असते. भारतीय बँक व्यवस्था मजबूत पायावर उभी करून बँका बुडण्याची प्रक्रिया थांबविणे, सामान्य जनतेचा बँकांवरील विश्वास वृद्धींगत करून बँकांच्या प्रगतीला चालना देणे, पतपुरवठ्याचे समान वाटप करून आर्थिक सत्तेचे होत असलेले केंद्रीकरण टाळणे, ग्रामीण भागास बँकविषयक सेवा पुरविणे, कृषी क्षेत्र, लहान उद्योग, निर्यात उद्योग इत्यादींना अग्रक्रमाने कर्जपुरवठा उपलब्ध करून देणे, देशातील पंचवार्षिक योजनांच्या उद्दिष्टांना पुरक ठरतील असे पतविषयक धोरण राबविणे, त्यामधून समाजवादी समाजरचना प्रस्थापित करण्याचा प्रयत्न करणे, बँक कर्जाचा आर्थिक विकासासह परिणामकारक वापर करून घेणे आणि समाजातील बचती बँकांकडे आकर्षित करून त्याचा वापर विकास कार्यात करणे यासारख्या अनेक उदात्त उद्देशाने व्यापारी बँकांवरील सामाजिक नियंत्रणाचा विचार पुढे आला.

व्यापारी बँकांवरील समाजिक नियंत्रणाची उद्दिष्टे साध्य करण्यासाठी भारत सरकारने डिसेंबर १९६७ मध्ये राष्ट्रीय पातळीवर एका 'राष्ट्रीय पत समिती' (National Credit Council) ची स्थापना केली. भारताचे अर्थमंत्री या पतसमितीचे अध्यक्ष होते तर रिझर्व्ह बँकेचे गव्हर्नर उपाध्यक्ष होते. देशातील निरनिराळ्या क्षेत्रांना या समितीमध्ये प्रतिनिधित्व देण्यात आले होते. उदा. मोठे व मध्यम उद्योग, शेती, लघुउद्योग, सहकार, व्यापार इत्यादी. या समितीने ठरवून दिलेल्या पतविषयक धोरणाची अत्यंत काटेकोर व कडक अंमलबजावणी करण्याचे आदेश व्यापारी बँकांना बंधनकारक होते. सोबतच व्यापारी बँकांवरील सामाजिक नियंत्रणाच्या मागणीचा विचार करून व्यापारी बँकांवरील सामाजिक नियंत्रणासंबंधीचे विधयक अधिकोषण विनियमन कायद्यात दुरुस्ती करून १ फेब्रुवारी १९६९ पासून अंमलात आले. या विधेयकामध्ये बँकांचा कारभार अधिक तज्ञ व्यक्तींच्या हातात असावा या हेतूने बँकांच्या संचालक मंडळाची पुनर्रचना करण्याची तरतुद करण्यात आली. त्यानुसार एकूण संचालकांपैकी ५१ प्रतिशत सदस्य अनुभवी आणि तज्ञ व्यक्ती असल्या पाहिजेत असे नमुद करण्यात आले. तसेच प्रत्येक बँकेचा अध्यक्ष हा पूर्णवेळ काम करणारा व 'व्यावसायिक बँकर' (Professional Banker) असला पाहिजे ही अट घालण्यात आली.

बँकांवरील सामाजिक नियंत्रण आणि त्याअनुषंगाने अधिकोषण विनियमन कायद्यामध्ये करण्यात आलेल्या तरतुदींच्या परिणामस्वरूप सर्व व्यापारी बँकांनी आपल्या कर्जविषयक धोरणात

अमुलाग्र बदल करून अग्रक्रमाने शेती व लघुउद्योगास कर्जाचे प्रमाण वाढविले. उदा. मार्च १९६८ ते मार्च १९६९ या एक वर्षाच्या काळात लघुउद्योगास होणारा कर्जपुरवठा रु. १८९.८ कोटी वरून रु. २६१.७ कोटीपर्यंत वाढला. परंतु सामाजिक नियंत्रणाची ही योजना फारच अल्पजीवी ठरली. कारण केवळ ६ महिन्यानंतर म्हणजेच १९ जुलै १९६९ रोजी भारतातील १४ प्रमुख बँकांच्या राष्ट्रीयीकरणाचा निर्णय घेण्यात आला. काही तांत्रिक अडचणींमुळे राष्ट्रीयीकरणासंबंधीच्या कायद्याला अंतीम स्वरूप १९७० साली देण्यात आले व अधिकोषण कंपन्यांचा (हमीचे संपादन व हस्तांतर) कायदा १९७० (Banking Companies (Acquisition and Transfer of Undertaking Act, १९७०) संमत करण्यात आला. अशाप्रकारे १९४९ साली अस्तित्त्वात आलेला अधिकोषण कायदा अनेक स्थित्यंतरांमधून जाऊन अधिकोषांच्या राष्ट्रीयीकरणापर्यंत अधिक प्रगल्भ होत गेला.

२.३ व्यापारी बँकांचे राष्ट्रीयीकरण

१९४७ ते १९८० हा भारतीय अर्थव्यवस्थेतील राष्ट्रीयीकरणाचा कालखंड मानला जातो. भारतातील राष्ट्रीयीकरणाच्या धोरणाचा विचार करता साधारणतः दोन कालखंडामध्ये या धोरणाचे विभाजन करता येईल. पहिला कालखंड १९४७ ते १९६८ आणि १९६८ ते १९८० असा दुसरा कालखंड पाडता येतो.[४] प्रथम कालखंडातील राष्ट्रीयीकरणाची सुरुवात १९४९ मधील रिझर्व्ह बँक ऑफ इंडियाच्या राष्ट्रीयीकरणापासून झाली. त्यानंतर 'इंपिरियल बँक ऑफ इंडिया' जिचे राष्ट्रीयीकरणानंतर 'स्टेट बँक ऑफ इंडिया' असे नामकरण करण्यात आले. त्यानंतर जीवन विमा महामंडळ आणि नऊ मोठ्या विमान कंपन्यांचे राष्ट्रीयीकरण करण्यात आले. त्यानंतर साठच्या दशकामध्ये मात्र राष्ट्रीयीकरणाची गती मंदावली. १९६६ ते १९६८ या दोन वर्षामध्ये राष्ट्रीयीकरणाची कोणतीच घटना घडली नाही. दुसऱ्या कालखंडाची सुरुवात मात्र भारतातील राष्ट्रीयीकरणाच्या सर्वात मोठ्या घटनेने झाली ती म्हणजे १४ जुलै १९६९ रोजी झालेल्या १४ मोठ्या व्यापारी बँकांचे राष्ट्रीयीकरण होय. परंतु सत्तरच्या दशकामध्ये मात्र राष्ट्रीयीकरणाचा जोर मंदावला. त्यांनतर १९८० मध्ये पुन्हा नव्याने नवीन सहा बँकांचे राष्ट्रीयीकरण करण्यात आले. सोबतच अनेक क्षेत्रातील खाजगी कंपन्यांचे सुद्धा एकत्रीकरण करण्यात आल्याचे दिसून येते. १९८० नंतरच्या कालखंडामध्ये मात्र राष्ट्रीयीकरणाचे वादळ शांत झाले. १९९१ नंतर नवीन सुधारणांच्या काळात राष्ट्रीयीकरणाची जागा खाजगीकरणाने घेतली आहे.

भारतातील अधिकोषण क्षेत्राच्या विकासाचा विचार करता देशातील व्यापारी बँकांचे राष्ट्रीयीकरण ही महत्त्वाची घटना मानली जाते. भारतामध्ये व्यापारी बँकांच्या राष्ट्रीयीकरणाची मागणी स्वातंत्र्यप्राप्तीपासून होत असल्याचे दिसून येते. १९४८ मध्ये तत्कालीन काँग्रेस पक्षातील डाव्या विचारसरणीच्या सदश्यांनी आणि साम्यवादी पक्षातील सदस्यांनी सर्वप्रथम व्यापारी अधिकोषांच्या राष्ट्रीयीकरणाची मागणी केल्याचे दिसून येते. स्वातंत्र्यप्राप्तीनंतर विशेषतः रिझर्व्ह बँक ऑफ इंडियाच्या १९४९ साली झालेल्या राष्ट्रीयीकरणातून आणि भारतीय बँकिंग विनियमन कायदा, १९४९ नंतर भारतातील बँक व्यवसायात बरिचशी शिस्त आल्याने त्याची योग्य दिशेने व निकोप प्रगती झाली.

ठेवी विमा महामंडळाच्या स्थापनेनंतर भारतातील बँका बुडण्याचे प्रमाण बरेचशे कमी झाले. बँकांच्या ठेवी आणि कर्ज यामध्ये वाढ झाली तसेच बँकांचा शाखा विस्तार झाला. परंतु समाजाच्या आशा आकांक्षाच्या तुलनेत ही प्रगती मंदगतीने झाली. भारतासारख्या विकसनशील देशात आर्थिक व सामाजिक परिवर्तनाचे एक प्रभावी साधन या दृष्टीने व्यापारी बँकांचे अनन्यसाधारण महत्त्व असतांना सुद्धा बँका तुलनेने उदासीन राहील्या. एवढेच नव्हे तर खाजगी क्षेत्रातील व्यापारी बँका भारतीय अर्थव्यवस्थेला समाजवादी समाजरचनेच्या उद्दीष्टांपासून दूर नेत असल्याची टीका या अधिकोषांवर करण्यात आली. १९५० ते १९६९ पर्यंत भारतातील अधिकोषण व्यवस्थेतील संरचना, भौगोलिकता आणि कार्यात्मकता यासारख्या क्षेत्रांमध्ये अनेक बदल करण्यात आले. तसेच देशातील व्यापारी बँकांच्या वर्तणूकीमध्ये आवश्यकतेनुसार बदल करण्यासाठी या कालावधी मध्ये बँकिंग विनियमन कायदा, १९४९ मध्ये वेळोवेळी बदल करण्यात आले. परिणामतः भारतातील शाखा अधिकोषण पद्धतीचा विचार करता याकाळामध्ये व्यापारी बँकांच्या शाखांमध्ये बरीच वाढ झाली. १९५६ मध्ये स्थापीत त्रावणकोर कोचीन अधिकोषण चौकशी समितीच्या शिफारसीनुसार बँकिंग विनियमन कायदा, १९४९ मध्ये १९६० साली बँकांच्या एकत्रीकरणाविषयी तरतुद करण्यात आली. त्यानुसार अनेक छोट्या अधिकोषांचे एकत्रीकरण मोठ्या बँकांमध्ये करण्यात आले. त्यामुळे भारतातील व्यापारी बँकांची संख्या १९५१ मधील ५६६ वरून जुन १९६९ पर्यंत ८९ एवढीच राहली. त्यापैकी ७३ बँका अनुसूचित बँका होत्या तर ६१ बँका गैरअनुसूचित होत्या. या दरम्यान बँकांच्या शाखांमध्ये वाढ झाली. बँक शाखांची संख्या १९५१ मधील ४१५१ वरून जुन १९६९ मध्ये ८२५४ पर्यंत पोहचली. यामध्ये विशेष उल्लेखनीय बाब म्हणजे ग्रामीण व मागासलेल्या प्रदेशामध्ये व्यापारी बँकांच्या शाखांमध्ये वाढ झ ाली ज्यामध्ये स्टेट बँक ऑफ इंडियाचा सिंहाचा वाटा होता.

२.३.१ बँकांच्या राष्ट्रीयीकरणाची पार्श्वभूमी

१९५५ ते १९६८ या कालावधीमध्ये अनुसूचित व्यापारी बँक शाखांची संख्या ४६०५ ने वाढली. त्यापैकी १२३१ शाखा म्हणजे एकूण शाखांच्या २७ प्रतिशत शाखा ग्रामीण भागात होत्या. १६४९ शाखा म्हणजे ३६ प्रतिशत शाखा अर्धशहरी भागात होत्या. तर १७२५ शाखा शहरी भागात होत्या. त्यांचे प्रमाण ३७ प्रतिशत होते. याकाळात स्टेट बँक ऑफ इंडिया आणि तिच्या सहाय्यक बँका यांच्या शाखांची संख्या १६०८ ने वाढली त्यामध्ये ६२७ ग्रामीण, ७२३ अर्धशहरी तर २५३ शहरी शाखा होत्या. या शाखाविस्तारामुळे याकाळात बँकसेवेचे प्रमाण बऱ्याच प्रमाणात वाढले. १९५६ मध्ये ९८००० लोकसंख्येमागे एक बँक शाखा होती. हे प्रमाण १९६७ मध्ये ७३,००० पर्यंत पोहोचले. तरीसुद्धा १९६९ पर्यंत भारतातील एकूण खेड्यांपैकी (५,६४,०००) केवळ १ प्रतिशत खेड्यांपर्यंतच बँक सेवा उपलब्ध होऊ शकल्या. अधिकोषण विकासाच्या विविध निकषांपैकी एक निकष म्हणजे प्रति बँक शाखेमागील लोकसंख्या होय. १९६९ मध्ये भारतातील काही पुढारलेल्या राज्यांमधील प्रति बँक शाखे मागील एकूण लोकसंख्येची स्थिती पुढील प्रमाणे होती. गुजरात (३१,०००), केरळ (३२,०००), तामिलनाडु (३५०००), पंजाब (३५०००) आणि महाराष्ट्र (४१०००). ओरीसा, बिहार आणि आसाम

यासारख्या मागासलेल्या राज्यांमध्ये तर ही संख्या १ लाख ७५ हजाराच्या आसपास होती. १९६९ मध्ये भारतात प्रति बँकेशाखामागील सरासरी लोकसंख्या ६०,००० ऐवढी होती. तेव्हाची जागतीक स्थिती पुढील प्रमाणे होती. उदा. इग्लंड (४०००), अमेरिका (७०००), जपान (११०००), इराण (११०००)[५]. त्यांच्या तुलनेत भारतात प्रति बँकेमागे लोकसंख्या बरीच अधिक होती. व्यापारी बँकांच्या राष्ट्रीयीकरणाची बिजं खऱ्या अर्थाने स्टेट बँकेच्या १९५५ साली झालेल्या राष्ट्रीयीकरणामध्येच पेरली गेली होती. कारण १९६९ पर्यंतचा स्टेट बँकेचा प्रवास पाहता या अधिकोषाने आपला शाखाविस्तार आणि दुर्लक्षित क्षेत्रांना पतपुरवठा पुरविण्याच्या संबंधिचे उद्दीष्टे समाधानकारकरित्या पूर्ण केल्याचे दिसून येते.

उपरोक्त कालखंडामधील भारतीय व्यापारी बँकांचे आणखी एक वैशिष्ट्य म्हणजे व्यापारी अधिकोषांच्या पतपुरवठ्याच्या वितरणामधील कमालीची विषमता होय. १९५१ मध्ये व्यापारी बँकांनी विविध क्षेत्रांना केलेल्या पतपुरवठ्यामध्ये ३६ प्रतिशत पतपुरवठा व्यापार क्षेत्राला, ३४ प्रतिशत पतपुरवठा उद्योग क्षेत्राला तर २.१ प्रतिशत पतपुरवठा कृषी क्षेत्राला केला होता. भारतीय अर्थव्यवस्था ज्या क्षेत्रावर अवलंबून होती त्या क्षेत्राच्या वित्तपुरवठ्याची ही स्थिती म्हणजे एक विडंबनाच होती. यावर उपाय म्हणून रिझर्व्ह बँक ऑफ इंडियाने १९६५ साली 'पत प्रमाणिकरण योजना' (Credit Aathorisation Scheme) लागू केली. परिणामतः व्यापारी बँकांच्या परंपरागत दृष्टीकोणात बदल होऊन मार्च १९६७ मध्ये उद्योग क्षेत्राला होणाऱ्या कर्जपुरवठ्याचे प्रमाण ६४.३ प्रतिशत पर्यंत वाढले. त्यातुलनेने व्यापार क्षेत्राला होणारा कर्जपुरवठा १९.३ प्रतिशत पर्यंत कमी झाला. कृषीक्षेत्राच्या पतपुरवठ्यात मात्र काहीही फरक पडला नाही. १९६८ अखेरपर्यंत उद्योगक्षेत्रासाठी व्यापारी बँकांकडून होणारा कर्जपुरवठा ६८ प्रतिशत पर्यंत वाढत गेला. यावर उपाय म्हणून व्यापारी बँकांवरील सामाजिक नियंत्रणाची मागणी पुढे आली. व्यापारी बँकांच्या धोरणामुळे देशात आर्थिक सत्ता मुठभर लोकांच्या हातात केंद्रीत होण्यास मदत झाली. व्यापारी बँका देशाच्या गरजेप्रमाणे अग्रक्रम देऊन अर्थव्यवस्थेस पतपुरवठा करीत नाहीत. त्याचप्रमाणे या बँका सट्टेबाज व साठेबाज लोकांना कर्ज पुरवून देशातील भाववाढीला कारणीभूत ठरत आहेत अशा प्रकारच्या गंभीर आरोपामुळे व्यापारी बँकांवरील सामाजिक नियंत्रणाचा निर्णय १९६८ मध्ये घेण्यात आला. याचवर्षी व्यापारी बँकांच्या वित्तपुरवठ्यामध्ये कृषी क्षेत्राची व्याप्ती वृद्धींगत व्हावी या हेतूने कृषी वित्त महामंडळाची स्थापना सुद्धा करण्यात आली.

भारतीय बँकिंग प्रणालीमध्ये करण्यात आलेल्या बदलांमुळे साठच्या दशकामध्ये व्यापारी बँकांच्या कार्यप्रणालीत काही प्रमाणात बदल घडून आला. परिणामतः कृषी, लघुउद्योग आणि निर्यातक उद्योगांच्या वित्तपुरवठ्यात सकारात्मक दृष्टीने वाढ झाली. व्यापारी बँकांच्या व्यवस्थापनेमध्ये करण्यात आलेल्या पुर्नरचनेचाही सकारात्मक परिणाम आढळून आला. व्यापारी अधिकोषांच्या व्यवस्थापक बोर्डाची पुनर्रचना करण्यात येऊन सुद्धा हितसंबंधी व्यक्तींचे प्राबल्य या बँकांवर कमी झ ाले नव्हते. या सर्व बाबींचा विचार करून सामाजिक नियंत्रणाचे धोरण अवघ्या सहा महिन्यामध्ये गुंडाळण्यात येऊन त्याऐवजी व्यापारी बँकांच्या राष्ट्रीयीकरणाचा मार्ग निवडण्यात आला. १९६८

मधील बँकिंग कायद्यातील दुरूस्तीनुसार अस्तित्त्वात आलेली बँकांवरील समाजिक नियंत्रणाची योजना १ फेब्रुवारी १९६९ पासून लागू करण्यात आली होती. अवघ्या सहा महिन्यांमध्ये ही योजना बंद करून व्यापारी बँकांच्या राष्ट्रीयीकरणाचा निर्णय घेण्यात आला. वास्तविक पाहता या योजनेच्या सहा महिन्यांच्या अल्पशा कालखंडातील उपलब्धी लक्ष्यवेधक होत्या. या योजनेमुळे अनेक व्यापारी बँकांनी आपल्या कर्ज विषयक धोरणांमध्ये प्राधान्यक्षेत्राच्या वाट्यामध्ये सुधारणा घडवून आणली होती. उदा. कृषी क्षेत्राला केल्याजाणाऱ्या वित्तपुरवठ्याच्या वाट्यामध्ये २० प्रतिशत वाढ केली तसेच लघुउद्योगांना करण्यात योणाऱ्या कर्जपुरवठ्यामध्ये दुपटीने वाढ केली. मार्च १९६६ मध्ये लघुउद्योगांना केलेला कर्जपुरवठा रू. ९०.८ कोटी वरून मार्च १९६९ पर्यंत ही रक्कम रू. २६१.७ कोटी पर्यंत पोहचली. अल्पावधी मध्ये झालेला हा बदल प्रशंसनीय होता. परंतु या योजनेच्या अल्पावधीतील यशाकडे न पाहता केवळ राजकीय दबावाला बळी पडून तत्कालीन सरकारने व्यापारी बँकांच्या राष्ट्रीयीकरणाचा निर्णय घेतला अशा प्रकारची टीका राष्ट्रीयीकरणाच्या निर्णयाच्या बाबतीत करण्यात येते. शनिवार दिनांक १९ जुलै १९६९ रोजी भारताच्या बँकिंग इतिहासामधील सर्वात महत्त्वाची घटना घडली ती म्हणजे १४ व्यापारी बँकांचे राष्ट्रीयीकरण होय. तत्पूर्वी जुन १९६९ मध्ये भारतात ८९ व्यापारी बँका होत्या. त्यांच्या एकूण ८२५४ शाखा कार्यरत होत्या. या व्यापारी बँकांच्या एकूण ठेवी रू. ४६७२ कोटी तर एकूण अग्रीम रू. ३६१४ कोटी होता.[६]

भारतातील व्यापारी बँकांच्या कर्ज वितरणाची क्षेत्रनिहाय स्थिती त्यांच्या राष्ट्रीयीकरणाच्या प्रयत्नांना बळकटी देणारी होती. १९५१ ते १९६८ या कालखंडातील व्यापारी अधिकोषांचे क्षेत्रनिहाय कर्जवितरणात मोठी विषमता होती. या प्रवृत्तीला आळा घालण्यासाठी दरम्यानच्या काळात अनेक प्रयत्न होवूनही परिस्थितीमध्ये सुधारणा न झाल्याचे खालील तक्ता क्र. २.१ दिसून येते.

तक्ता क्र. २.१

अनुसूचित व्यापारी बँकांनी विविध क्षेत्रांना केलेला कर्जपुरवठा

(आकडे प्रतिशत मध्ये)

अ.क्र.	क्षेत्र	१९५०-५१	१९६८-६९
१.	कृषी	२.१०	२.२०
२.	उद्योग	३४.००	६७.५०
३.	व्यापार	३६.००	१९.२०
४.	वैयक्तिक	६.८०	३.७०
५.	इतर	२१.१०	७.४०
एकूण		**१००.००**	**१००.००**

स्त्रोत - RBI Report of the Trend and Progress of Banking in India १९६८-६९

२.३.२ व्यापारी बँकांच्या राष्ट्रीयीकरणाची प्रक्रिया

शनिवार दिनांक १९ जुलै १९७० रोजी भारताच्या तत्कालीन उपराष्ट्रपतींनी (जे प्रभारी राष्ट्रपतीच्या पदावर होते) आपल्या अधिकार कक्षेमध्ये येणाऱ्या भारतीय राज्यघटनेतील कलम १२३(१) नुसार अधिकोषण कंपन्यांचा (हमीचे संपादन व हस्तांतर) कायदा, १९६९ (Banking Companies Acquisition and Transfer of Undertaking Act, १९६९) पास केला. ज्या बँकेच्या ठेवी रू. ५० कोटी किंवा त्यापेक्षा जास्त होत्या अशा १४ अधिकोषांचे संपादन आणि हस्तांतरण करण्याच्या उद्देशाने १४ नवीन संचालक मंडळांची बैठक बोलविण्यात आली. प्रस्तुत कायद्यामध्ये १४ नवीन बँकांच्या व्यवस्थापन यंत्रनेसंबंधीत आणि आरब्धित केलेल्या १४ बँकांच्या भागधारकांच्या नुकसान भरपाई संबंधी तरतुद करण्यात आली. राष्ट्रीयीकरणाच्या निर्णयाविरोधात २१ जुलै १९६९ मध्ये सर्वोच्च न्यायालयात एक याचिका दाखल करण्यात आली. परंतु या याचिकेवरील सुनावणीच्या आधीच भारताच्या संसदेने ९ ऑगस्ट १९६९ रोजी बँकिंग कंपन्यांच्या (हमीचे संपादन व हस्तांतर) कायदा, १९६९ पास केला. या कायद्याला सर्वोच्च न्यायालयामध्ये विरोध करण्यात आला. या याचिकेच्या संदर्भात सर्वोच्च न्यायालयाने या कायद्याच्या अंमलबजावणीला तात्पुरती स्थगिती दिली होती. १० फेब्रुवारी १९६९ रोजी सर्वोच्च न्यायालयाच्या ११ न्यायाधीशांच्या बेन्चनी संसदेने ९ ऑगस्ट १९६९ रोजी पास केलेला कायदा रद्दबातल ठरविला. परंतु भारत सरकारकडून पुन्हा एकदा व्यापारी बँकांच्या राष्ट्रीयीकरणासंबंधीच्या कायद्याचा नवीन प्रस्ताव राष्ट्रपतींकडे १४ फेब्रुवारी १९७० रोजी बँकिंग कंपन्यांच्या (हमीचे संपादन व हस्तांतर) कायदा, १९७० म्हणून मंजुरीसाठी पाठविला. या कायद्याला ३१ मार्च १९७० रोजी राज्यघटनेतील कलम १(२) अंतर्गत मंजुरी प्रदान करण्यात आली. या कायद्यातील बहुतांश तरतुदी १९ जुलै १९६९ पासून लागू करण्यात आल्या. या कायद्याच्या व्यापक शीर्षकामध्येच कायद्याचे बहुतांश स्वरूप स्पष्ट करण्यात आले. पूर्वीच्या कायद्याला झालेला विरोध विचारात घेवून नवीन कायद्याच्या व्यापक शीर्षकामध्ये बँकांच्या राष्ट्रीयीकरणाची न्यायबाजू अधिक स्पष्टपणे मांडण्यात आली. अशाप्रकारे या कायद्याच्या भूतलक्षी प्रभावाने १९ जुलै १९६९ रोजी देशातील १४ व्यापारी बँकांचे राष्ट्रीयीकरण करण्यात आले. या निर्णयामुळे देशातील ८५ प्रतिशत बँकिंग व्यवसाय सरकारच्या नियंत्रणा मध्ये आला. राष्ट्रीयीकरण करण्यात आलेल्या बँकांमध्ये पुढील बँकांचा समावेश होता.

१. दी. सेंट्रल बँक ऑफ इंडिया लि.

२. दी. पंजाब नॅशनल बँक लि.

३. दी. युनायटेड कर्मशियल बँक लि.

४. दी. युनायटेड बँक ऑफ इंडिया लि.

५. दी. सिंडीकेट बँक लि.

८. दी. बँक ऑफ इंडिया लि.

९. दी. बँक ऑफ बडोदा लि.

१०. दी. कॅनरा बँक लि.

११. दी. देना बँक लि.

१२.दी. युनियन बँक ऑफ इंडिया लि.

६. दी. अलाहबाद बँक लि. १३. दी. इंडियन बँक लि.

७. दी. बँक ऑफ महाराष्ट्र लि. १४. दी. इंडियन ओव्हरसिज बँक लि.

वर निर्देशित प्रत्येक बँकेच्या ठेवी रू. ५० कोटी पेक्षा जास्त असून त्यांच्या ठेवींची एकूण रक्कम रू. २६३२ कोटी एवढी होती. या सर्व अधिकोषांच्या शाखांच्या संख्या ४१३० होती.[७]

बँकांच्या राष्ट्रीयीकरणाची प्रक्रिया १४ बँकांच्या राष्ट्रीयीकरणापासून १९८० मध्ये झ ालेल्या ६ बँकांच्या राष्ट्रीयीकरणापर्यंत चालू राहिली. १५ एप्रिल १९८० रोजी रू. २०० कोटी पेक्षा जास्त सावधी व मागणी दायित्व (Time and Demand Libilities) असलेल्या खाजगी क्षेत्रातील ६ व्यापारी बँकांचे राष्ट्रीयीकरण करण्यात आले. त्यामुळे देशातील एकूण बँकिंग क्षेत्रामध्ये सरकारचा वाटा ९० प्रतिशत पर्यंत वृद्धिंगत झाला. बँकिंग कंपन्यांच्या (हमीचे संपादन व हस्तांतर) कायदा, १९८० (Banking Companies Acquisition and Tansfer of Undertaking Act, १९८०) नुसार ज्या खाजगी क्षेत्रातील व्यापारी बँकांचे राष्ट्रीयीकरण करण्यात आले. त्यामध्ये पुढील बँकांचा समावेश होता.

१. दी. आन्ध्रा बँक लि. ४. दी. कार्पोरेशन बँक लि.

२. दी. न्यु बँक ऑफ इंडिया लि. ५. दी. ओरीयन्टल बँक ऑफ कॉमर्स लि.

३. दी. पंजाब ॲन्ड सिंध बँक लि. ६. दी. विजया बँक लि.

सन १९७० आणि १९८० मध्ये व्यापारी बँकांच्या राष्ट्रीयीकरणासंबंधीच्या कायद्यातील प्रमुख तरतुदी तीन विभागात विभागण्यात आल्या होत्या.

- राष्ट्रीयीकरण करण्यात आलेल्या बँकांच्या भागधारकांची नुकसान भरपाई.
- व्यापारी अधिकोषांच्या हमी व संपादनासंबंधीची पध्दत आणि त्यामधील तांत्रिकपणा.
- राष्ट्रीयीकरण करण्यात आलेल्या बँकांच्या नवीन व्यवस्थापनासंबंधीच्या तरतुदी.

सन १९४९ साली रिझर्व्ह बँक ऑफ इंडिया आणि १९५५ साली इंपीरीयल बँक ऑफ इंडिया जिचे राष्ट्रीयीकरणानंतर स्टेट बँक ऑफ इंडिया असे नामकरण करण्यात आले. या दोन्ही बँकांच्या राष्ट्रीयीकरणाच्या आर्थिक सामाजिक परिणामापेक्षा १९६९ आणि १९८० मधील व्यापारी बँकांच्या राष्ट्रीयीकरणाचा आर्थिक व सामाजिक परिणाम अधिक मोठा होता. राजकीय दृष्टीने विचार करता १९६९ चे व्यापारी बँकांचे राष्ट्रीयीकरण शुध्द राजकीय प्रभावाने उचलेले एक पाऊल असल्याचे अनेक तज्ञांचे मत होते. बँकांच्या राष्ट्रीयीकरणाच्या धोरणाला रिझर्व्ह बँकेचा विरोध होता. कारण बँकांच्या माध्यमातून साध्य करावयाचे सामाजिक उद्दिष्टये खाजगी व्यापारी बँकांवरील १९६८ साली रिझर्व्ह बँक ऑफ इंडियाच्या सकारात्मक विचारातून सुरु केलेल्या 'सामाजिक नियंत्रण' या धोरणातून पूर्ण करता आले असते. परंतु या योजनेच्या यशापयशाची परिक्षा घेण्यासाठी आवश्यक तो कालखंड मिळू शकला नाही असा सामाजिक नियंत्रण योजनेच्या आणि बँकांच्या राष्ट्रीयीकरणाविषयी वाद असला

तरी एखादे सामाजिक उद्दिष्ट गाठण्यासाठी विशिष्ट संस्थेला आदेश अथवा दिशानिर्देशन करून संबंधीत उद्दिष्ट गाठणे या अप्रत्यक्ष मार्गापेक्षा सरकारनेच निर्धारीत उद्दिष्ट गाठण्यासाठी स्वतः प्रयत्न करणे हा प्रत्यक्ष मार्ग अधिक परिणामकारक समजला जातो.

२.३.३ बँकांच्या राष्ट्रीयीकरणाची उद्दिष्टये

बँकिंग कंपन्यांच्या (हमीचे संपादन व हस्तांतर) कायदा, १९७० आणि बँकिंग कंपन्यांच्या (हमीचे संपादन व हस्तांतर) कायदा, १९८० या दोन्ही बँक राष्ट्रीयीकरण कायद्याच्या शीर्षकामध्ये 'राष्ट्रीय ध्येय धोरण व उद्दिष्टे' ध्यानात घेऊन भारतीय अर्थव्यवस्थेच्या गतीमान विकासाच्या उद्देशाने बँकांचे राष्ट्रीयीकरण करण्यात आल्याचे उल्लेखीत करण्यात आले. तत्कालीन पंतप्रधान मा. इंदिरा गांधी यांनी चौदा बँकांच्या राष्ट्रीयीकरणासंबंधीच्या आपल्या अभिभाषणामध्ये देखील बँकांच्या राष्ट्रीयीकरणाची उद्दिष्टे स्पष्ट केली होती. त्यादृष्टीने खाजगी व्यापारी बँकांच्या राष्ट्रीयीकरणामागील काही ठळक उद्दिष्टे पुढील प्रमाणे होती.

- बँकांच्या माध्यमातून निर्माण झालेले आर्थिक शक्तीचे केंद्रीकरण नष्ट करणे.
- बँकांच्या पतपुरवठ्याचा प्रवाह कृषी, लघुउद्योग, निर्यात उद्योग, दुर्बल घटक आणि मागासलेले परिक्षेत्र इत्यादींसारख्या प्राधान्य क्षेत्राकडे वळविणे.
- ज्यांच्याजवळ भांडवलाचा अभाव आहे अशा नवीन उद्योजकांना प्रोत्साहन देणे आणि त्या माध्यमातून देशाच्या आर्थिक विकासाची गती वाढविणे.
- बँक कर्मचाऱ्यांना योग्य प्रशिक्षणाची व्यवस्था करणे आणि त्यांच्या सेवाशर्तीमध्ये सुधार घडवून आणणे.
- बँक व्यवस्थापनामध्ये अधिक कुशलता आणून त्यामध्ये बँकर आणि अर्थशास्त्रज्ञांच्या सहभागाबरोबरच कृषी आणि लघुउद्योगांच्या प्रतिनिधींचा समावेश करणे.
- गैरबँकिंग क्षेत्रापर्यंत बँकांच्या सेवा उपलब्ध करून देणे.

थोडक्यात असे म्हणता येईल की, राष्ट्रीयीकरणाच्या माध्यमातून सरकारला अधिकोषण व्यवस्थेचे संघटनात्मक आणि कार्यात्मक पुर्नउद्‌बोधन करून देशाचा संतुलित आणि गतीशील विकास साद्य करायचा होता. त्याअनुषंगाने व्यापारी बँकांचे राष्ट्रीयीकरण हा एक क्रांतीकारक निर्णय घेण्यात आला. या निर्णयाने वास्तवतेमध्ये अधिकोषण क्षेत्रात मोठी क्रांती घडवून आणली असल्याचे उद्दिष्टांच्या सार्थकतेवरून दिसून येते.

२.४ राष्ट्रीयीकरणाच्या उद्दिष्ट प्राप्तीची स्थिती

भारतातील खाजगी व्यापारी बँकांचे राष्ट्रीयीकरण अनेक उद्दिष्टे समोर ठेवून करण्यात आले असले तरी त्यापैकी तीन उद्दिष्टांविषयी अधिक चिकित्सा झाल्याची दिसून येते. ते म्हणजे १) बँकांच्या शाखांचा व्यापक विस्तार, २) बँक ठेवींच्या माध्यमातून बचतीचे एकत्रीकरण आणि ३) बँकांच्या

पतपुरवठ्याचा प्रवाह प्राधान्यप्राप्त क्षेत्राकडे वळविणे. याव्यतिरिक्त उर्वरित उद्देश सुद्धा या प्रमुख तीन उद्दिष्टांना पुरक होते. परंतु बँकांच्या राष्ट्रीयीकरणाच्या यशापयशाची पडताळणी वर निर्देशीत प्रमुख तीन उद्देशांच्या माध्यमातून केली जाते.

बँकांच्या राष्ट्रीयीकरणानंतर देशात अधिकोषण क्रांती घडून आली असे म्हणता येईल. राष्ट्रीयीकृत व्यापारी बँकांनी राष्ट्रीयीकरणानंतर नवीन प्रयोगशील अधिकोषण व्यवसाय स्वीकारला ज्यामुळे या बँकांचे स्वरूप मर्यादित आणि संकुचीत बँकिंगकडून व्यापक आणि सामाजिक अधिकोषणाकडे बदलत गेले. राष्ट्रीयीकरणानंतरच्या दोन दशकांमध्ये व्यापारी बँकांच्या व्यवसाय पद्धतीमध्ये मोठ्या प्रमाणात मुलभूत बदल घडून आले. या कालखंडामध्ये राष्ट्रीयीकृत व्यापारी बँकांची धोरणे सामाजिक उद्दिष्टांची पुर्तता करण्याच्या दृष्टीने पूरक ठरली. त्याचाच परिणाम आपणास व्यापारी बँकांच्या धोरणांमध्ये झालेल्या बदलावरून दिसून येतो. हा बदल पुढीलप्रमाणे सांगता येईल.

अ.क्र.	**विवरण**	**राष्ट्रीयीकरणापूर्वी**	**राष्ट्रीयीकरणानंतर**
१.	उद्देश	नफ्यावर अधिक भर	सामाजिक दायित्वावर भर
२.	क्षेत्र	शहरी विभाग	ग्रामीण विभाग
३.	ग्राहक	मोठे ग्राहक	लहान ग्राहक
४.	अधिकोषण	पारंपारिक अधिकोषण	सुधारणावादी दृष्टीकोन
५.	वित्तपुरवठा	अल्पकालीन पतपुरवठा	विकासप्रेरक पतपुरवठा
६.	सुरक्षितता	सुरक्षिततेवर आधारित पतपुरवठा	उद्देशावर आधारित पतपुरवठा
७.	स्वरूप	केंद्रीत अधिकोषण	विकेंद्रीत अधिकोषण
८.	कर्जदार	विशेष पतधारक कर्जदार	विशेष उद्देशधारक कर्जदार

अशाप्रकारे राष्ट्रीयीकरणामुळे भारतातील बँकांच्या स्वरूपात आमुलाग्र बदल घडून आला. परिणामतः भारतातील अधिकोषण व्यवस्था राष्ट्रीयीकरणामुळे विकासप्रेरक बनली. या संदर्भात वर निर्देशित तीन उद्दिष्टांच्या बाबतीत भारतीय बँकिंग व्यवस्थेमधील बदल अभ्यासणे इतर उद्दिष्टांच्या मानाने राष्ट्रीयीकरणाचा यथार्थ परिणाम पाहण्याच्या दृष्टीने अधिक महत्त्वाचे ठरते.

२.४.१ बँक शाखांचा विस्तार

राष्ट्रीयीकरणापूर्वी व्यापारी अधिकोषांच्या शाखा विस्तारामध्ये फार मोठ्या प्रमाणात प्रादेशिक विषमता होती. तुलनेने विकसित प्रदेशांमध्ये व्यापारी अधिकोषांच्या शाखांचे जाळे होते. विकसित असलेल्या प्रदेशांमध्ये देखील शहरी भागांपुरताच बँक व्यवसाय विस्तारलेला होता. या प्रदेशांमधील

ग्रामीण भाग अधिकोषण सोईसुविधांपासून वंचित होता. ही असमानता दूर करून शहरांबरोबर ग्रामीण आणि बँक सोई उपलब्ध नसलेल्या प्रदेशामध्ये बँकिंग सोईसुविधा पुरविण्यासाठी मोठ्या प्रमाणात व्यापारी बँकांच्या शाखांची संख्या वाढविण्याचे धोरण आखण्यात आले. त्यामाध्यमातून देशामध्ये संतुलित बँकिंग विकास साध्य करण्याचे लक्ष्य समोर ठेवण्यात आले. या उद्देशाने राष्ट्रीयीकरणानंतर व्यापक पातळीवर नवीन शाखा निर्माण करून त्याचा विस्तार करण्यात आला. निर्माण झालेली प्रांतीय असमानता दूर करण्याचा प्रयत्न करण्यात आला. खालील तक्ता क्र. २.२ वरुन ही बाब अधिक स्पष्ट होते.

तक्ता क्र. २.२

राष्ट्रीयीकरणानंतर बँक शाखांचा विस्तार

क्षेत्र	**वर्ष १९६९**	**वर्ष १९८६**	**वर्ष १९९१**
ग्रामीण (१०,००० पर्यंत लोकसंख्या)	१८६० (२२.५०)	२९७१८ (५५.८०)	३५२१२ (५८.४०)
अर्धशहरी (१०,००० ते १ लाख पर्यंत लोकसंख्या)	३३४४ (४०.२०)	१०५६७ (१९.००)	११२८१ (१८.७०)
शहर (१ लाख ते १० लाख लोकसंख्या)	१४५६ (१७.५०)	७१९५ (१३.५०)	७६३० (१२.७०)
महानगर (१० लाखपेक्षा जास्त लोकसंख्या)	१६६१ (२०.००)	५७८५ (१०.९०)	६१२८ (१०.२०)
एकूण	**८३२१ (१००.००)**	**५३२६५ (१००.००)**	**६०२५१ (१००.००)**

टिपः कंसातील आकडे प्रतिशत प्रमाण दर्शवितात.

स्त्रोत : RBI, Annual Report on Trend & Progress of Banking in India

तक्ता क्र. २.२ वरुन असे दिसून येते की, राष्ट्रीयीकरणानंतरच्या दोन दशकांमध्ये बँकांच्या शाखा विस्तारामध्ये एक प्रकारे स्फोटच घडून आला आहे. ज्यामुळे देशातील अधिकोषण सेवा नसलेल्या भागातील बँकांविषयीचा दुष्काळ दूर होण्यास मदत झाली. जुन १९६९ मध्ये व्यापारी अधिकोषांच्या ग्रामीण शाखांची एकूण संख्या १८३२ एवढी होती. त्यांचे एकूण शाखांशी असलेले

प्रमाण केवळ २२.४ प्रतिशत होते. हे प्रमाण भारतातील ग्रामीण भागात वास्तव्यास असलेल्या लोकसंख्येच्या मानाने फारच त्रोटक होते. राष्ट्रीयीकरण आणि शाखाविस्ताराचे धोरण यामुळे जुन १९९१ पर्यंत व्यापारी बँकांच्या ग्रामीण भागातील शाखांची संख्या ३५२१२ पर्यंत पोहोचली. ज्यांचे एकूण बँक शाखांशी असलेले प्रमाण ५८.४ प्रतिशत होते. या वाढीची १९६९ च्या आकडयांसोबत तुलना केल्यास ही वाढ १९ पट असल्याचे दिसून येते. यामध्ये इतर व्यापारी बँकांच्या तुलनेत राष्ट्रीयीकृत व्यापारी बँकांचा सिंहाचा वाटा दिसून येतो. १९८०-८१ मध्ये नव्याने सुरु करण्यात आलेल्या बँक शाखांपैकी ७० प्रतिशत शाखा गैर बँकिंग परिक्षेत्रात उघडल्या. त्याचप्रमाणे जुलै १९८४ ते फेब्रुवारी १९८५ या कालखंडामध्ये उघडण्यात आलेल्या नवीन शाखांपैकी ७८ प्रतिशत शाखा अधिकोष नसलेल्या परिक्षेत्रामध्ये स्थापन करण्यात आल्या. यावरुन असे दिसून येते की, राष्ट्रीयीकरणानंतर व्यापारी बँकांनी केवळ आपल्या शाखांच्या संख्येमध्ये वाढ न करता नवीन शाखा स्थापन करतांना ग्रामीण आणि अधिकोषण सेवा नसलेल्या परिक्षेत्राचा विचार केल्याचे दिसून येते.

बँकांच्या उपलब्धतेविषयीची असमानता ग्रामीण आणि शहरीक्षेत्रापुरतीच मर्यादित नव्हती तर राज्याराज्यांमध्येही ही विषमता मोठ्या प्रमाणात आढळून येत होती. भारतातील पुढारलेल्या राज्यांमध्ये बँकांचे प्रमाण बऱ्यापैकी होते तर मागासलेल्या राज्यांमध्ये तुलनेने हे प्रमाण फारच कमी होते. या समस्येवर समाधानकारक उत्तर शोधण्याचा प्रयत्न राष्ट्रीयीकरणाच्या माध्यमातून झाल्याचे दिसून येते. जुन १९६९ मध्ये भारतात प्रति बँक शाखेमागील लोकसंख्या सरासरीने ६५००० होती. या राष्ट्रीय प्रमाणासोबत देशातील पुढालेल्या आणि मागासलेल्या राज्यांची तुलना केल्यास त्यामध्ये टोकाची असमानता दिसून येते. मागासलेली राज्य आणि त्यांचे प्रति बँक लोकसंख्येची स्थिती पुढीलप्रमाणे आहे. आंन्ध्रप्रदेश-७५०००, आसाम-१९८०००, बिहार-२०७०००, जम्मु आणि काश्मिर-११४०००, मध्यप्रदेश-११६०००, मणिपुर-४९७०००, नागालँड-२०५०००, ओरिसा-२१२००० आणि उत्तरप्रदेश-११९०००. तर पुढारलेल्या राज्यांची स्थिती पुढीलप्रमाणे होती. गुजरात-३४०००, हरियाणा-५७०००, कर्नाटक-३८०००, महाराष्ट्र-४४०००, पंजाब-४२०००, आणि तामिलनाडू-३७०००.[८] या स्थितीमध्ये राष्ट्रीयीकरणानंतर झालेला आमुलाग्र बदल खालील तक्ता क्र. २.३ वरुन दिसून येतो.

तक्ता क्र. २.३

राज्यनिहाय प्रति बँक शाखेमागील लोकसंख्या

अ. क्र.	**राज्यांची/केंद्रशासीत प्रदेशांची नावे**	**महिन्याच्या शेवटी प्रति बँक शाखेमागील लोकसंख्या**		
		जुन १९६९	**जुन १९८६**	**जुन १९९१**
१	आन्ध्र प्रदेश	७५,०००	१३,०००	१२,०००
२	आसाम	१९८,०००	२१,०००	१६,०००

३	बिहार	२०७,०००	१७,०००	१४,०००
४	गुजरात	३४,०००	११,०००	१०,०००
५	हरियाणा	५७,०००	१२,०००	१०,०००
६	हिमाचल प्रदेश	८०,०००	८,०००	६,०००
७	जम्मु आणि काश्मिर	११४,०००	८,०००	८,०००
८	कर्नाटक	३८,०००	९,०००	९,०००
९	केरळ	३५,०००	९,०००	९,०००
१०	मध्य प्रदेश	११६,०००	१४,०००	१२,०००
११	महाराष्ट्र	४४,०००	१३,०००	११,०००
१२	मणीपुर	४९७,०००	२१,०००	१७,०००
१३	मेघालय	१४७,०००	१०,०००	९,०००
१४	नागालँड	२०५,०००	१२,०००	११,०००
१५	ओरीसा	२१२,०००	१५,०००	१३,०००
१६	पंजाब	४२,०००	८,०००	८,०००
१७	राजस्थान	७०,०००	१३,०००	११,०००
१८	सिक्कीम	--	१७,०००	११,०००
१९	तामिळनाडू	३७,०००	१२,०००	११,०००
२०	त्रिपुरा	२७६,०००	१५,०००	१२,०००
२१	उत्तर प्रदेश	११९,०००	१५,०००	१३,०००
२२	पश्चिम बंगाल	८७,०००	१६,०००	१३,०००
२३	अंदमान आणि निकोबार	८२,०००	१३,०००	९,०००

२४	अरुणाचल प्रदेश	--	१२,०००	९,०००
२५	चंदिगड	७,०००	४,०००	४,०००
२६	दादरा आणि नगर हवेली	--	१७,०००	१५,०००
२७	दिल्ली	१०,०००	६,०००	६,०००
२८	गोवा, दमन आणि दीव	८,०००	४,०००	४,०००
२९	लक्षद्विप	--	८,०००	५,०००
३०	मिझोरम	--	१०,०००	७,०००
३१	पॉन्डेचेरी	३१,०००	१०,०००	९,०००
भारत		**६५,०००**	**१३,०००**	**११,०००**

स्त्रोत : RBI Report on Trend and Progress & Banking in India

टीप : गोवा स्वतंत्र राज्य झाल्यामुळे दमन आणि दीव या केंद्रशासीत प्रदेशाची जुन १९९१ ची स्थिती ८००० होती तर गोव्याची स्थिती ४००० होती.

भारतातील अधिकोषण विकासातील प्रादेशिक असमतोल दूर करण्यासाठी बँकांच्या दोन योजनांची भूमिका अतिशय मोलाची ठरली. त्या योजना म्हणजे सेवाक्षेत्र दृष्टीकोन आणि अग्रणी बँक योजना होय. या दोन्ही योजनांमुळे पुढारलेल्या आणि मागासलेल्या राज्यांच्या दरम्यानची बँक विकासाची तफावत बऱ्याच मोठ्या प्रमाणात कमी होण्यास मदत झाली.

जुन १९९१ मध्ये भारतात प्रति बँकेमागे एकूण लोकसंख्या ११,००० एवढी होती. एवढेच प्रमाण नागालँड (११०००) राज्याचे होते की, ज्या राज्याची जुन १९६९ ची स्थिती प्रति बँक लोकसंख्या २०५००० एवढी होती. याचप्रमाणे अनेक राज्यांच्या स्थितीमध्ये महत्त्वपूर्ण बदल घडून आला. उदा. आसाम-१६०००, बिहार-१४०००, जम्मु आणि काश्मिर-८०००, मध्यप्रदेश-१२०००, ओरीसा-१३०००, त्रीपुरा-१२०००, उत्तरप्रदेश-१३००० इत्यादी मागासलेल्या राज्यांप्रमाणेच पुढारलेल्या राज्यांच्या प्रमाणातही लक्ष्यवेधक स्वरुपाचा सकारात्मक परिणाम घडून आला. उदा. महाराष्ट्र-११०००, गुजरात-१००००, हरियाणा-१०,०००, पंजाब-८०००, हिमाचल प्रदेश-६००० इत्यादी.

राष्ट्रीयीकरणानंतरच्या शाखाविस्ताराच्या धोरणाचा आणखी एक विशेष भाग म्हणजे राज्याराज्यामधील अधिकोषण विकासाच्या विषमतेच्या स्थितीचा विस्तार (Range) मोठ्या प्रमाणात

कमी होण्यास मदत झाली. उदा. जुन १९६९ मध्ये सर्वात जास्त प्रति बँक लोकसंख्या असलेले राज्य मणीपूर होते. ज्याची प्रति बँक लोकसंख्या ४९७००० एवढी होती. तर सर्वात कमी प्रमाण असलेले राज्य गुजरात (३४०००) होते. शाखा विस्तारानंतर जुन १९९१ ची या दोन्ही राज्यांची स्थिती मणीपूर-१७००० आणि गुजरात-१०००० अशाप्रकारे बदलली. या दोन्ही राज्यांमधील तफावतीची बदललेली स्थिती पाहता असे म्हणता येईल की, केवळ देशातील बँकांच्या शाखांच्या वाढीवरच भर न देता मागासलेल्या प्रदेशातील शाखा वाढीची गती आवश्यकतेनुसार अधिक राखण्यात आली. त्यामुळे राज्याराज्यांमधील बँक विकासाबाबतची विषमता कमी होण्यास मदत झाली. १९६९ च्या राष्ट्रीयीकरणापासून १९९१ च्या अधिकोषीय सुधारणांपर्यंतच्या कालखंडातील बँकांच्या शाखांचा भौगोलिक विस्तार देशाच्या बँक शाखा विकासातील प्रादेशिक विषमता दूर करण्याच्या दृष्टीने महत्त्वपूर्ण ठरला आहे. या बँक विषयक प्रगतीमुळे असे म्हणता येईल की, बँकांच्या राष्ट्रीयीकरणाच्या निर्णयाप्रसंगी समोर ठेवण्यात आलेले बँक विस्ताराचे उद्दिष्ट बऱ्याचअंशी पूर्ण करण्यात भारत सरकारला यश प्राप्त झाले. याकाळातील बँकांनी केलेली संख्यात्मक प्रगती ही नेत्रदीपक होती हे आधी दर्शविलेल्या तक्त्यावरुन दिसून येते.

२.४.२ बचतीचे एकत्रीकरण (Mobilisation of Saving)

परंपरावादी विचारसरणीने बचतीला आर्थिक विकासाची प्रथम पायरी मानलेले आहे. बचतीमधून गुंतवणूकीच्या संधी उपलब्ध करुन देऊन बँका देशाच्या विकासकार्यात महत्त्वाची भूमिका पार पाडतात. ठेवी गोळा करण्याच्या माध्यमातून बचतीचे एकत्रीकरण करण्याचे महत्त्वपूर्ण कार्य बँक व्यवसाय करीत असतो. बचतीचे एकत्रीकरण करणे हे बँकेचे मुलभूत कर्तव्य आहे. या कर्तव्याशिवाय बँकेची संकल्पनाच पूर्ण होऊ शकत नाही. केवळ बचत करुन आर्थिक विकासाचे निर्धारीत उद्दिष्ट साध्य होऊ शकत नाही तर या बचतीचे रुपांतर गुंतवणूकीमध्ये करणे आवश्यक असते. त्याअनुषंगाने बँकांची अर्थव्यवस्थेतील भूमिका अतिशय महत्त्वपूर्ण आहे. बचतीचे एकत्रीकरण करुन त्याआधारे देशातील उत्पादक कार्यास हातभार लावण्याचे कार्य बँक करीत असते. यादृष्टीने देशातील सर्व भागातील बचतीचे एकत्रीकरण करुन त्याचा वापर देश विकासासाठी पर्यायाने समाज विकासासाठी करण्याच्या उद्देशाने देशातील व्यापारी बँकांचे राष्ट्रीयीकरण करण्यात आले. जोपर्यंत देशातील सर्व भागातील बचतीचे एकत्रीकरण होत नाही तोपर्यंत देशाचा सर्वांगीन विकास साध्य करणे अशक्य बाब आहे. या उद्देशाने १९७५ साली राबविण्यात आलेल्या २० कलमी कार्यक्रमामध्ये बचतीचे नवीन स्त्रोत आणि बचत एकत्रीकरण यावर अधिक भर देण्यात आला. त्याअनुषंगाने व्यापारी बँकांचा ग्रामीण क्षेत्रातील विस्तार आणि त्यांचे बचत एकत्रीकरण महत्त्वाचे ठरते.

बचतीचे विकासातील महत्त्व विचारात घेता राष्ट्रीयीकरणानंतरचे राष्ट्रीयीकृत व्यापारी बँकेचे प्रयत्न प्रशंसनीय ठरतात. या माध्यमातून राष्ट्रीयीकृत व्यापारी अधिकोषांनी ग्रामीण भागातील बचतीला गती देण्याचे कार्य केले आहे. राष्ट्रीयीकरणानंतर देशातील बँकांच्या ठेवीच्या प्रमाणात कशाप्रकारे बदल झालेत त्याचे विवेचन पुढील तक्ता क्र. २.४ वरुन करता येते.

तक्ता क्र. २.४

देशातील अनुसूचित व्यापारी बँकांच्या एकूण ठेवींची स्थिती

(आकडे कोटी रू.मध्ये)

वर्ष	**एकूण ठेवी**	**निर्देशांक**
१९६८-६९	४,६४६	१००
१९८०-८१	४०,५४९	८७३
१९८४-८५	७७,०७५	१६५९
१९८९-९०	१,६६,९५९	३५९४

स्त्रोत : R.B.I., Reports on Trend and Progress of Banking in India.

तक्ता क्र. २.४ वरुन असे आढळून येते की, राष्ट्रीयीकरणानंतरच्या कालावधीमध्ये अनुसूचित व्यापारी बँकांच्या एकूण ठेवींमध्ये झालेली वाढ लक्ष्यवेधक स्वरूपाची होती. जुन १९६९ मध्ये रु. ४६४६ कोटी असलेल्या एकूण ठेवींमध्ये तीव्र गतीने वाढ होवून जुन १९९१ पर्यंत रु. १,६४,६७७ कोटी पर्यंत पोहोचली. निर्देशांकाच्या स्वरुपात ही वाढ ३५९४ प्रतिशत झालेली आहे. यावरुन वित्तीय बचतीचे एकत्रीकरण हे बँकांच्या राष्ट्रीयीकरणाच्या संदर्भातील उद्दिष्ट बहुतांशी पूर्ण झ ाल्याचे दिसून येते. समष्टी दृष्टीने पाहता ही वाढ उल्लेखनीय वाटते परंतु एकूण ठेवींमध्ये झालेली वार्षिक वाढ मात्र सुरुवातीच्या काही वर्षानंतर मंदावलेली दिसून येते. उदा. वर्ष १९८१ मधील एकूण ठेवीतील वार्षिक वृध्दी २१.६ प्रतिशत होती त्या तुलनेत पुढच्या वर्षांमधील एकूण बचतीचा वार्षिक वृध्दी दर मंदावलेला अथवा तुलनेने कमी असल्याचा आढळून येते. परंतु लहान खातेधारकांच्या संख्येत झालेली वाढ हे बचत एकत्रीकरणाचे मोठे यश मानल्या जाते.

२.४.३ ऋण -विनियोजन (Credit Deployment)

विविध वित्तीय गतीविर्धीमधील अधिकोष हा एक महत्त्वाचा दुवा आहे. या दुव्यातील विविध अंगांपैकी ऋण हे एक महत्त्वाचे अंग मानल्या जाते. कर्जाचे आर्थिक विकासामधील स्थान वादातीत असल्यामुळे कर्जाला आर्थिक विकासाचा प्रमुख स्तंभ मानल्या गेलेले आहे. सामाजिक न्याय आणि आर्थिक विकास प्रस्थापित करण्याच्या दृष्टीकोनातून अधिकोषांच्या ऋण विस्तारामध्ये वाढ होणे गरजेचे आहे. हेच उद्दिष्ट डोळयासमोर ठेऊन बँकांच्या राष्ट्रीयीकरणाचा विचार पुढे आला कारण राष्ट्रीयीकरणापूर्वी व्यापारी अधिकोषांकडून होणारा कर्जपुरवठा ठराविक क्षेत्रापुरता आणि ठराविक लोकांपुरताच मर्यादित होता. ही विषमता दूर करण्याच्या हेतूने व्यापारी अधिकोषांच्या

राष्ट्रीयीकरणाच्या मार्गाचा अवलंब करण्यात आला. हे उद्दिष्ट प्राप्त करण्याच्या उद्देशाने रिझर्व्ह बँक ऑफ इंडियाने सत्तरच्या दशकामध्ये काही दिशानिर्देश आखून दिले ते पुढीलप्रमाणे होते.

- बँकांनी आपल्या एकूण कर्जपुरवठ्यापैकी ४० प्रतिशत कर्जपुरवठा प्रामुख्याने प्राधान्य क्षेत्राला करावा.
- ग्रामीण आणि अर्धशहरी भागातील बँक शाखांनी गोळा केलेल्या एकूण बचतीच्या ६० प्रतिशत बचतींचा वापर प्राधान्य क्षेत्राच्या कर्जपुरवठ्यासाठी करावा.
- ऋण विनियोजनाच्या वाढीव दराचा वापर बँकांनी मागास भागाच्या विकासाकरिता करावा.
- बँकांनी आपल्या संसाधनांचा जास्तीत जास्त वापर सार्वजनिक क्षेत्रातील योजनांना वित्त पुरवठा करण्याकरिता करावा.
- बँकांनी पध्दतशीर मार्गाने जिल्हा पत नियोजनाची आखणी करुन त्याची प्रभावी अंमलबजावणी करावी जेणेकरुन अर्थव्यवस्थेतील विविध भागांना किंवा क्षेत्रांना गरजेप्रमाणे पतपुरवठा उपलब्ध करुन देता येईल.

या दिशानिर्देशांवरुन असे दिसून येते की, सरकारला व्यापारी बँकांच्या माध्यमातून प्राधान्य क्षेत्राला अर्थसहाय्य उपलब्ध करुन प्राधान्य क्षेत्राची उत्पादकता, रोजगार निर्मिती आणि विस्तार सामाजिक न्यायाच्या अंतर्गत साध्य करावयाचा होता. राष्ट्रीयीकरणाच्या निर्णयामुळे बँकांच्या ऋण विनियोजनामध्ये गतीने सकारात्मक बदल घडून आला हा बदल खालील तक्ता क्र. २.५ वरुन दिसून येतो.

तक्ता क्र. २.५

अनुसूचित व्यापारी बँकांकडून विविध क्षेत्रांना झालेला कर्जपुरवठा

अ. क्र.	**क्षेत्र**	**वर्ष**		
		१९५१	**१९६८**	**१९९१**
१	कृषी	२.१	२.२	१८.३
२	उद्योग	३४.०	६७.५	५०.९
३	व्यापार	३६.०	१९.२	६.९
४	इतर	२७.९	११.१	२३.९
एकूण		**१००.०**	**१००.०**	**१००.०**

स्त्रोत : RBI Report of the Trend and Progress of Banking in India

तक्ता क्र. २.५ मधील आकडेवारीचे अवलोकन केले असता असे दिसून येते की, ज्या उद्देशाने सरकारने व्यापारी बँकांचे राष्ट्रीयीकरण घडवून आणले त्याला व्यापारी बँकांनी ऋण विनियोजनाच्या माध्यमातून सकारात्मक प्रतिसाद दिला. कृषी या प्राधान्यक्षेत्राला होणारा कर्जपुरवठा १९६८ मधील २.२ प्रतिशत वरुन १९९१ पर्यंत १८.३ प्रतिशत एवढया मोठ्या प्रमाणात वाढला. १९५१ ते १९६८ या १७ वर्षाच्या कालखंडामध्ये कृषी क्षेत्राच्या वित्तपुरवठ्यातील वाढ केवळ ०.१ प्रतिशत होती. ती १९६८ ते १९९१ या राष्ट्रीयीकरणानंतरच्या कालखंडामध्ये १६.१ प्रतिशत एवढी वेगाने वाढलेली दिसून येते. राष्ट्रीयीकरणानंतरच्या कालखंडामधील ऋण विनियोजनाची सविस्तर आणि तुलनात्मक स्थिती खालील तक्ता क्र. २.६ वरुन स्पष्ट होते.

तक्ता क्र. २.६

बँकांचे क्षेत्रनिहाय ऋण विनियोजन

आकडे रु. कोटी मध्ये)

अ. क्र.	**क्षेत्र**	**एकूण कर्जपुरवठा जुन १९६९**	**एकूण कर्जपुरवठा जुन १९८०**	**एकूण कर्जपुरवठा जुन १९९०**
१	प्राधान्य क्षेत्र	५०४ (१४.०)	६७२९ (३१.७)	४१०३० (३८.९)
	अ) कृषी	१८८ (५.२)	२७६६ (१३.०)	१६९३९ (१६.१)
	ब) लघु उद्योग	२८६ (७.९)	२६३० (१२.४)	१५६७२ (१४.९)
	क) इतर प्राधान्य क्षेत्र	३० (०.९)	१३३३ (६.३)	८४१९ (७.९)
२	निर्यात क्षेत्र	२५८ (७.२)	१६४० (७.७)	८४९६ (८.१)
३	मध्यम मोठे उद्योग क्षेत्र	१८७९ (५२.२)	८३४१ (३९.२)	३८७५२ (३६.८)
४	घाऊक व्यापार	३८५ (१०.०)	१९१५ (९.०)	५०२९ (४.७)

५	सार्वजनिक अन्नधान्यसाठी कर्ज क्षेत्र	२३३ (६.५)	२१०० (९.९)	३९१७ (३.७)
६	इतर क्षेत्र	३४१ (९.४)	५०९ (२.४)	८२७३ (७.८)
एकूण		**३५९९** **(१००.०)**	**२१२३४** **(१००.०)**	**१०५४९७** **(१००.०)**

टीप : कंसातील आकडे एकूण कर्जपुरवठ्याशी प्रतिशत प्रमाण दर्शवितात.

स्त्रोत : RBI Reports on Currency and Finance-Various Issues.

तक्ता क्र. २.६ मधील ऋण विनियोजनासंबंधीची आकडेवारी विविध क्षेत्रांना केलेल्या वित्तपुरवठ्याची स्थिती दर्शवित आहे. वरील तक्त्यावरुन असे दिसून येते की, एकूण कर्जाच्या वाटयामध्ये कृषीचा वाटा महत्त्वपूर्णरित्या वाढलेला आहे. हा वाटा १९६९ मधील ५.२ प्रतिशत वरुन १९९० पर्यंत १६.१ प्रतिशत पर्यंत पोहोचला. एकूण कर्जाच्या वाटयामधील उद्योग क्षेत्राला होणाऱ्या कर्जपुरवठ्यात घट होऊन तो १९६९ मधील ५२.२ प्रतिशत वरुन ३६.८ प्रतिशत पर्यंत कमी झाला. त्याचबरोबर घाऊक व्यापारासाठी होणाऱ्या कर्जपुरवठ्याच्या वाटयामध्ये सुध्दा घट झाल्याचे दिसून येते.

१९६९ मध्ये घाऊक व्यापारासाठी १० प्रतिशत कर्जपुरवठा होता. तो १९९० मध्ये ४.७ प्रतिशत पर्यंत कमी झाला. एकूण कर्जपुरवठ्यामध्ये प्राधान्य क्षेत्राच्या वाटयातील बदल अधिक लक्ष्यवेधक आहे. १९६९ मध्ये एकूण प्राधान्य क्षेत्रांचा वाटा केवळ १४ प्रतिशत वाटा होता तो १९९० पर्यंत ३८.९ प्रतिशत पर्यंत वाढता गेलेला आहे. ऋण विनियोजनातील हा बदल बँकांच्या राष्ट्रीयीकरणामागील उद्देशाची पूर्ती करण्याच्या दृष्टीने महत्त्वाचा ठरतो.

२.५ राष्ट्रीयीकरणाच्या उद्दिष्टांची अधिकोषण सुधारणोत्तर काळातील स्थिती

१९९१ आणि १९९८ या वर्षांमध्ये नेमण्यात आलेल्या नरसिंहम् समितीच्या शिफारशींची अंमलबजावणी देशातील अधिकोषण क्षेत्रामध्ये कसोशिने करण्यात आली. त्यामुळे प्रामुख्याने राष्ट्रीयीकृत व्यापारी बँकांची ओढ गुणात्मक वाढीकडे झुकली हे निर्विवाद सत्य आहे. गेल्या दोन दशकांमध्ये निष्क्रिय जिंदगीचे प्रमाण (NPA) कमी करणे, भागभांडवल वाढविणे, बँकांची लाभक्षमता वाढविणे, व्यवहारामध्ये पारदर्शकता आणणे, ग्राहक सुविधा वाढविण्यासाठी नवीन तंत्रज्ञानाचा अवलंब करणे, ज्यामध्ये क्रेडिट कार्ड, डेबिट कार्ड, ए.टी.एम्. कार्ड इत्यादी सोयींचा अंतर्भाव होतो. एकंदरच अधिकोषण सुधारणा नंतर देशातील अधिकोषण क्षेत्राने प्रामुख्याने राष्ट्रीयीकृत बँकांनी आपले पारंपारीक स्वरुप बदलवून नवीन बदलांनुसार स्वतःला स्पर्धाक्षम बनविण्याचा बहुतांशी

यशस्वी प्रयत्न केल्याचे दिसून येते. परंतु या बदलांबरोबरच ज्या उद्दिष्टपूर्तीसाठी या अधिकोषांचे राष्ट्रीयीकरण करण्यात आले होते. त्या उद्दिष्टांची अधिकोषीय सुधारणा नंतरची स्थिती पाहणे अभ्यासाच्या दृष्टीने महत्त्वाचे आहे. त्याअनुषंगाने राष्ट्रीयीकरणामागील प्रमुख तीन उद्दिष्टांची स्थिती पुढील प्रमाणे असल्याचे दिसून येते.

२.५.१ बँक शाखांचा विस्तार

भारतातील अधिकोषण पध्दती ही शाखा अधिकोषण प्रणाली या प्रकारामध्ये मोडणारी पध्दती आहे. राष्ट्रीयीकरणानंतरच्या दोन दशकांमध्ये भारतात मोठ्या प्रमाणात बँक शाखा विस्तार घडून आला. हा बदल निर्धारीत उद्दिष्टांच्या अनुरुपच होता. ग्रामीण आणि अर्धशहरी भागांमध्ये विशेषत्वाने बँक शाखा उघडण्याचा कार्यक्रम या कालखंडामध्ये हाती घेण्यात आला. अधिकोषण सुधारणा नंतरच्या कालखंडामध्ये मात्र नरसिंहम् समितीच्या शिफारसीनुसार कोणत्याही बँकेची शाखा उघडण्याचा अथवा बंद करण्याचा अंतिम निर्णय त्या संबंधीत अधिकोषाला देण्यात आला.[१] त्यामुळे बँकेच्या शाखा विस्ताराची संपूर्ण जबाबदारी संबंधीत बँकेवर आली.

तक्ता क्र. २.७

१९९१ ते २०१० या कालखंडातील राष्ट्रीयीकृत बँकांचा शाखाविस्तार

क्षेत्र	**वर्ष**				
	१९९१ (जुन)	**१९९५ (जुन)**	**२००० (जुन)**	**२००५ (जुन)**	**२०१० (मार्च)**
ग्रामीण	२०४८३ (४९.८)	१९४४३ (४४.४)	१९३८१ (४२.३)	१९०६७ (४०.३)	१९५६७ (३३.२)
अर्धशहरी	९०९९ (२१.७)	१०१०६ (२३.२)	१०७९७ (२३.५)	११३७१ (२४.०)	१४५९५ (२४.८)
शहरी	६७२१ (१६.२)	७६९७ (१७.६)	८५९६ (१८.७)	९२६९ (१९.६)	१२९२० (२२.०)
महानगरीय	५४४६ (१३.१)	६४७४ (१४.८)	७१५० (१५.५)	७५७९ (१६.१)	११७४३ (२०.०)
एकूण	**४१७४९ (१००)**	**४३७२० १००)**	**४५९२४ (१००)**	**४७२८६ (१००)**	**५८८२५ (१००)**

टीप : कंसामधील आकडे प्रतिशत प्रमाण दर्शवितात.

स्त्रोत : Various Issues of RBI, Annual Report on Trend & Progress of Banking in India.

तक्ता क्र. २.७ वरुन असे दिसून येते की, भारतातील राष्ट्रीयीकृत अधिकोषांच्या शाखांचा विस्तार अजुनही वेगाने सुरु आहे. वर्ष १९९१ मध्ये एकूण राष्ट्रीयीकृत अधिकोषांच्या शाखांची संख्या ४१७४९ एवढी होती ती २०१० मध्ये ५८८२५ पर्यंत जाऊन पोहोचली. ही वाढ सुमारे ४०.९ प्रतिशत एवढी आहे. मात्र क्षेत्रनिहाय बदल लक्षात घेता सुधारणोत्तर काळात सुधारणापूर्वच्या उलट परिस्थिती दिसून येते. वर्ष १९९१ ते २०१० या कालखंडामध्ये ग्रामीण, अर्धशहरी, शहरी आणि महानगरांमधील शाखांच्या संख्येत झालेला शेकडा बदल पुढीलप्रमाणे आहे. वर्ष १९९१ मध्ये राष्ट्रीयीकृत व्यापारी अधिकोषांच्या ग्रामीण भागातील शाखांची एकूण संख्या २०४८३ एवढी होती. ती वर्ष २०१० मध्ये १९५६७ पर्यंत कमी झाली. ही घट १९९१ पासून कायम आहे. याकाळात ग्रामीण शाखांच्या संख्येत झालेल्या बदलाचे शेकडा प्रमाण ४.५ प्रतिशत राहलेले आहे. तद्वतच अर्धशहरी शाखांची संख्या ९०९९ वरुन १४५९५ पर्यंत वाढत गेली. या मधील बदलाचे शेकडा प्रमाण ६०.४ प्रतिशत आहे. याच कालखंडामध्ये शहरी आणि महानगरामधील राष्ट्रीयीकृत अधिकोषांच्या शाखांची संख्या अनुक्रमे वर्ष १९९१ च्या ६७२१ आणि ५४४६ वरुन वर्ष २०१० मध्ये १२९२० आणि ११७४३ पर्यंत पोहोचली. याकाळातील शहरी शाखांच्या संख्येतील वाढीचे शेकडा प्रमाण ९२.२ प्रतिशत आहे. तर महानगरातील शाखांच्या संख्येतील वाढीचे शेकडा प्रमाण ११५.६ प्रतिशत आहे.

उपरोक्त बदल राष्ट्रीयीकृत अधिकोषांच्या शाखा विस्ताराची दिशा ग्रामीण क्षेत्राकडून शहरी क्षेत्राकडे जात असल्याचे चित्र दर्शविण्यासाठी पुरेसा आहे. यावरुन असे म्हणता येईल की, व्यापारी बँकांच्या राष्ट्रीयीकरणामागील ग्रामीण अथवा दुर्लक्षित क्षेत्रांमध्ये अधिकोषांच्या शाखा उघडून भारतातील अधिकोषण विकासातील असमानता दूर करण्याचे उद्दिष्ट अधिकोषण सुधारणा नंतरच्या कालखंडामध्ये मागे पडत आहे आणि राष्ट्रीयीकृत अधिकोषांच्या शाखांचे शहरी भागामध्ये केंद्रीकरण वाढत आहे.

२.५.२ बचतीचे एकत्रीकरण

सुधारणोत्तर काळात सुधारणापूर्व काळाच्या तुलनेने वित्तीय बचतीच्या एकत्रीकरणाबाबत व्यापारी बँकांची संख्यात्मक प्रगती समाधानकारक आहे. सरासरीने वित्तीय बचतीच्या एकत्रीकरणाचा वार्षिक वृध्दी दर राष्ट्रीयीकरणानंतरच्या वार्षिक वृध्दी दराशी मिळता जुळता आहे. व्यापारी बँकांच्या बचतीच्या एकत्रीकरणाची अधिकोषण सुधारणा नंतरची स्थिती पुढील तक्ता क्र. २.८ वरुन स्पष्ट होते.

तक्ता क्र. २.८

व्यापारी अधिकोषांच्या बचत एकत्रीकरणाची स्थिती

(आकडे कोटी रूपयांमध्ये)

वित्तीय वर्ष	एकूण ठेवी	निर्देशांक
१९९०-९१	१९२५४२	१००
१९९४-९५	३८६८५९	२०१
१९९९-२०००	८१३३४४	४२२
२००४-०५	१८२१८८४	९४६
२००९-१०	४७५२४५६	२४६८

स्त्रोत : Various Issues of RBI Report on Trend and Progress of Banking in India.

तक्ता क्र. २.८ वरुन भारतातील वित्तीय बचतीच्या एकत्रीकरणाची सुधारणोत्तर कालखंडामधील प्रगती स्पष्ट होते. वित्तीय बचतीचे एकत्रीकरण हे बँकांच्या राष्ट्रीयीकरणामागील उद्दिष्ट सुधारणोत्तर कालखंडामध्ये सुध्दा व्यापारी बँकांनी कायम ठेवल्याचे वरील तक्त्यामधील संख्यात्मक वाढीवरुन दिसून येते. दोन कालखंडाची वित्तीय बचतीच्या एकत्रीकरणाबाबत तुलना केल्यास असे दिसून येते की, दोन्ही कालखंडामधील वित्तीय बचतीचा वार्षिक वृध्दीचा दर कमी जास्त प्रमाणात सरासरीने सारखाच राहिलेला आहे. या वृध्दीदरामध्ये सुधारणोत्तर काळात फार मोठा फरक पडल्याचे दिसून येत नाही. अधिकोषांच्या शाखा विस्तारामुळे आणि अधिकोषण सोयी सहज उपलब्ध झाल्यामुळे बचत प्रवृत्तीत वाढ होऊन बचतीत वाढ झालेली आहे.

२.५.३ ऋण विनियोजन

राष्ट्रीयीकृत अधिकोषांच्या ढासाळलेल्या वित्तीय स्थितीची चिकित्सा करून त्यावर उपाय योजना सूचविणे हे अधिकोषीय सुधारणांमागील अनेक उद्दिष्टांपैकी एक महत्त्वाचे उद्दिष्ट होते. बँकिंग ही अत्यावश्यक सेवा आहे. ती देशातील सर्व भागात आणि समाजातील सर्व घटकांना उपलब्ध व्हावी. या उद्देशाने रिझर्व्ह बँक ऑफ इंडियाने काही उद्दिष्टे बँकांपुढे राष्ट्रीयीकरणानंतरच्या काळात ठेवली होती. त्याचे पालन करणे बंधनकारक होते. उदा. बँकेच्या एकूण कर्जाच्या एक टक्के रक्कम दुर्बल घटकांना केवळ ४ प्रतिशत व्याजादराने देणे. शेती, लघुउद्योग आणि दुर्बल घटक यासारख्या प्राधान्य क्षेत्रांसाठी एकूण कर्जाच्या ४० प्रतिशत कर्ज राखून ठेवणे, कर्ज ठेवींचे प्रमाण खेड्यांमध्ये व अर्धशहरी भागांमध्ये कमीत कमी ६० प्रतिशत ठेवणे इत्यादी. या सर्व उद्दिष्टांमागील उद्देश म्हणजे अधिकोषण क्षेत्राचा लाभ शहरातील श्रीमंत वर्गापुरता मर्यादित न राहता श्रम करुन देशाच्या उत्पन्नात भर घालणाऱ्या प्रत्येक व्यक्तीला मिळावा हा होता. यामध्ये अधिकोषण सुधारणोत्तर झालेला बदल खालील तक्त्यावरुन तक्ता क्र. २.९ दिसून येतो.

तक्ता क्र. २.९

अधिकोषण सुधारणोत्तर अनुसूचित व्यापारी बँकांच्या क्षेत्रनिहाय ऋणविनियोजनातील बदल

(आकडे रु. कोटीमध्ये)

अ.क्र.	क्षेत्र	जुन १९९१	जुन १९९५	जुलै २०००	मार्च २००५
१	प्राधान्य क्षेत्र	४३५२५ (३३.५)	६३८०८ (२८.७)	१३५४८० (२९.५)	३४५६२७ (३३.३)
	अ) कृषी	१७१९५ (१३.१)	२३७६८ (१०.७)	४५५२८ (९.९)	१२२३७० (११.८)
	ब) लघु उद्योग	१७१९५ (१३.१)	२३७६८ (१०.७)	४५५२८ (९.९)	१२२३७० (११.८)
	ब) लघु उद्योग	१७३३८ (१३.४)	२७३२३ (१२.३)	५२०४० (११.३)	७६११४ (७.३)
	क) इतर प्राधान्य क्षेत्र	८९९२ (७)	१२७१७ (५.७)	३७९१२ (८.३)	१४७१४३ (१४.२)
२	निर्यात क्षेत्र	९८५३ (७.६)	२४२६९ (१०.९)	३९७०८ (८.६)	६५९१४ (६.३)
३	मध्यम मोठे उद्योग क्षेत्र	४५१६९ (३४.८)	७४३८३ (३३.५)	१५२६२६ (३३.२)	२९०१८६ (२७.९)
४	घाऊक व्यापार	६०६३ (४.७)	९५१५ (४.३)	१७००६ (३.७)	३३८१४ (३.३)
५	सार्वजनिक अन्नधान्य	५३१६ (४.१)	१५९५२ (७.२)	३३१८२ (७.३)	४११२१ (४)
६	इतर क्षेत्र	१९८६४ (१५.३)	३४१७० (१५.४)	८१२३८ (१७.७)	२६१८३९ (२५.२)
एकूण		**१२९७९०** **(१००)**	**२२२०९७** **(१००)**	**४५९२४०** **(१००)**	**१०३८५०१** **(१००)**

सुचना : कंसातील आकडे प्रतिशत प्रमाण दर्शवितात.

स्त्रोत : Various Issues of RBI Report on Trend and Progress of Banking in India.

तक्ता क्र. २.९ वरुन असे आढळून येते की, प्राधान्य क्षेत्राला व्यापारी बँकांकडून होणाऱ्या कर्जपुरवठ्यात १९९१ ते २००० या कालखंडामध्ये दुर्लक्ष झालेले आहे. प्राधान्य क्षेत्रापैकी महत्त्वाचे मानल्या गेलेले क्षेत्र म्हणजे कृषी क्षेत्र आणि लघु उद्योग क्षेत्र होय. १९९१ च्या तुलनेत पुढील वर्षांमध्ये या दोन्ही क्षेत्रांना होणारा कर्जपुरवठा त्यांचे अर्थव्यवस्थेतील महत्त्व विचारात घेता वाढणे अपेक्षीत होता. मात्र पुढील २० वर्षात या कर्जपुरवठ्याच्या प्रमाणामध्ये वाढीऐवजी घट होत गेल्याचे दिसून येते. त्या तुलनेत इरत प्राधान्य क्षेत्राला केल्या गेलेल्या कर्ज पुरवठ्यातील वाढ लक्ष्यवेधक आहे.

राष्ट्रीयीकरणानंतरचा कालखंड आणि अधिकोषण सुधारणोत्तर अशा दोन कालखंडामधील ऋण विनियोजनाच्या स्थितीची तुलना केल्यास असे दिसून येते की, ज्या प्रमाणात राष्ट्रीयीकरणानंतरच्या कालखंडामध्ये प्राधान्य क्षेत्राच्या कर्जपुरवठ्यात वाढ झाली त्यातुलनेत सुधारणोत्तर काळात मात्र घट झाल्याचे दिसून येते. प्राधान्यप्राप्त क्षेत्रांपैकी इतर प्राधान्य क्षेत्राच्या वित्तपुरवठ्याच्या प्रमाणात मात्र वाढ झालेली आहे. तसेच कृषीचा वाटा कमी झालेला असून लघुउद्योगांचा वाटा वेगाने घटत गेलेला आहे. याउलट राष्ट्रीयीकरणानंतरच्या कालखंडामध्ये ज्या गतीने मोठ्या उद्योग क्षेत्रांना होणारा कर्जपुरवठ्याचा प्रवाह कमी झाला होता. तो अधिकोषीय सुधारणांनंतर मंदावलेला दिसून येते. कमी जास्त प्रमाणात हिच स्थिती घाऊक व्यापार क्षेत्राची आहे. प्रामुख्याने इतर क्षेत्रांच्या वित्त पुरवठ्याच्या प्रमाणात सुधारणोत्तर काळात वेगाने वाढ झाली आहे. गुंतवणूकीच्या विविध संधी सुधारणोत्तर काळात उपलब्ध झाल्यामुळे हा बदल घडून आला असावा. यावरुन असे म्हणता येईल की, ऋण विनियोजनाच्या राष्ट्रीयीकरणाच्या उद्दिष्टामध्ये सुधारणोत्तर कालखंडामध्ये फारशी सकारात्मकता दिसून येत नाही किंबहूना त्यामध्ये घट झालेली आहे.

संदर्भ सूचीः-

1. वैद्य पां. ह. (१९७४) 'बँकिंगचे कायदे व व्यवहार' गो. य. राणे प्रकाशन, पुणे, पृ.क्र.१२१.
2. तत्रैव, पृ.क्र.१२४.
3. Tannan M. L. (2010) 'Banking Law and Practice' LexisNexis Butterworths Wadhawa, Nagpur, P.No. 195
4. Kabara Kamal Nayan (1989) 'Nationalization in India : Vol. I' Eastern Books, New Delhi, Pg. 79
5. Methani D. M. (1989) 'The Anatomy of Indian Banking' Himalaya Publishing House, Bombay, Pg. No.76.
6. तत्रैव, पृ.क्र. ७८
7. कुरूलकर, र. पू. (१९७९) 'बँकिंगची तत्वे आणि बँकिंग पद्धती' बर्दापूरकर प्रकाशन, औरंगाबाद, पृ.क्र. ३९२.
8. Subrahmanya K. N. (1985) 'Modern Banking In India' Deep & Deep Publication, New Delhi, Pg.no. 70.
9. Government of India (1998) 'Report of the Committee on Banking Sector Reforms', Pg. no. 142.

प्रकरण तीन

भारतातील अधिकोषण सुधारणा

३.१ प्रस्तावना

बँकिंग कमिशनच्या शिफारसीनुसार केंद्र सरकारने १९ जुलै १९६९ रोजी आणि १५ एप्रिल १९८० रोजी अनुक्रमे १४ आणि ६ मोठ्या व्यापारी बँकांचे राष्ट्रीयीकरण केले त्यामागील उद्देश अनेक होते. ज्यांची चर्चा प्रकरण दोन मध्ये केलेली आहे. निर्धारीत उद्देशपूर्तीच्या दृष्टीकोणातून राष्ट्रीयीकरणानंतरच्या पुढील दोन दशकांमध्ये अनेक प्रयत्न करण्यात आले. परिणामतः भारतामध्ये मोठ्या प्रमाणात व्यापारी बँकांचा शाखा विस्तार घडून आला. जुन १९६७ मध्ये प्रति बँक शाखेमागील एकूण लोकसंख्या ६५००० वरून जुन १९९१ पर्यंत ११००० पर्यंत कमी झाली. हा बदल क्रांतीकारक स्वरूपाचाच होता. शाखा विस्ताराप्रमाणेच बचत एकत्रीकरण, ऋण विनियोजन यामधील प्रगतीसुद्धा लक्ष्यवेधक स्वरूपाचीच होती. थोडक्यात राष्ट्रीयीकरणानंतरच्या दोन दशकांमध्ये राष्ट्रीयीकृत व्यापारी बँकांनी सामाजिक दायित्वाची धुरा समर्थपणे आणि यशस्वीपणे सांभाळली. बँक राष्ट्रीयीकरणाच्या वेळी प्रति व्यक्ती बँक प्रत्यय केवळ रू. ६९ एवढे होते. ते सन २००० मध्ये रू. ४००० तर सन २००३ पर्यंत रू. ७००० पर्यंत वाढत गेले.[१] राष्ट्रीयीकृत व्यापारी बँकांची ही सर्व संख्यात्मक प्रगती होत असतांना गुणात्मक प्रगतीकडे मात्र दुर्लक्ष होत गेले. त्यामुळे ज्या आधारावर बँक ही संस्था उभी असते. तो आधार म्हणजे बँक व्यवसायाची तीन मुलभूत तत्त्वे होय. हा आधारच मुळात कमकुवत होत गेला. ज्यामुळे राष्ट्रीयीकृत व्यापारी बँकांची आर्थिक स्थिती ढासळत गेली. यावर उपायात्मक पाऊल म्हणून वित्तीय सुधारणांचा कार्यक्रम हाती घेण्यात आला. वित्तीय सुधारणांमधील एक भाग म्हणजे भारतातील १९९१ मध्ये करण्यात आलेल्या अधिकोषण सुधारणा होय. अधिकोषण सुधारणांपासून अधिकोषण व्यवस्थेने पूर्वीच्या नियंत्रीत वातावरणाकडून मुक्त व स्पर्धात्मक वातावरणात प्रवेश केला.

३.२ अधिकोषण सुधारणांची आवश्यकता

"राष्ट्रीयीकरणानंतरच्या प्रशंसनीय संख्यात्मक प्रगतीनंतरही बँकांच्या उत्पादकता आणि कार्यक्षमतेतील घट तसेच लाभक्षमततेचा अभाव यासारख्या समस्या भारतातील राष्ट्रीयीकृत बँकिंग क्षेत्रात निर्माण झाल्या"[२] १९९१ च्या नरसिंहम् समितीने राष्ट्रीयीकृत बँकांच्या ढासाळलेल्या आर्थिक आरोग्याला खालील बाबी कारणीभूत ठरल्याचे सांगितलेले आहे.[३]

- अद्ययावत तंत्रज्ञानाचा अभाव.
- शाखा विस्तारावर भर देणारे धोरण.
- ऋण वितरणातील राजकीय हस्तक्षेप आणि दारिद्र्य निर्मुलन कार्यक्रमातील राजकीय हस्तक्षेप.
- पायाभूत भांडवलाचा तुटवडा.
- निर्देशित पतपुरवठा ज्यामुळे बँकांच्या एकूण कर्जापैकी ४० प्रतिशत पतपुरवठा कमी व्याजदराने प्राधान्य क्षेत्रांना केला.
- वैधानिक रोखता अनुपातामधील निर्देशित गुतंवणूक आणि रोख अनुपाताच्या अधिक प्रमाणामुळे बँकांचे अर्ध्यापेक्षा अधिक भांडवल अडकून पडले. परिणामतः इतर गुंतवणूकीला भांडवलाची उपलब्धता कमी राहली.

घसरलेली वित्त संरचना आणि राष्ट्रीयीकृत बँकांची खालावलेली कार्यक्षमता ही प्रामुख्याने या बँकांची चिंतेची बाब होती. राष्ट्रीयीकृत बँकांनी करावयाची गुंतवणूक, या बँकांकडून केला जाणारा वित्तपुरवठा किंवा पत वाटप तसेच शाखा विस्तार या संदर्भात राष्ट्रीयीकृत बँका केंद्रीय स्तरावरील सत्तेकडून होणाऱ्या निर्देशावर निर्भर होत्या. बँकिंग व्यवसायातील शासकीय हस्तपेक्षामुळे या बँकांनी सामाजिक दायित्व सांभाळण्याचा प्रयत्न केला. मात्र परिणामस्वरूप या बँकांचा आर्थिक पाया कमकुवत होत गेला. प्रत्यक्ष गुंतवणूक करतांना पुरेसा रोखता निधी बँकांनी स्वत:जवळ बाळगणे आवश्यक असते. यामध्ये रोख रक्कम, मौल्यवान धातु, कर्जरोखे इत्यादींच्या स्वरुपात बँका असा रोखता निधी सुरक्षित ठेवतात. त्यापैकी सरकारी प्रतिभूतीमधील गुंतवणूकीच्या प्रमाणास वैधानिक रोखता अनुपात असे म्हणतात. याविषयीची तरतुद बँकिंग विनियमन कायदा - १९४९ च्या कलम २४ मध्ये नमुद केलेली आहे.[४] हे प्रमाण बदलविण्याचा अधिकार रिझर्व्ह बँकेला आहे. राष्ट्रीयीकरणानंतरच्या कालखंडामध्ये हा निधी वैधानिक रोखता अनुपाताच्या वाढत्या प्रमाणाच्या स्वरूपात सरकारी कर्जरोखांमध्ये मोठ्या प्रमाणात गुंतून पडल्याने या बँकांच्या व्यावसायिक आर्थिक उलाढालींवर बंधने आली. इतर गुंतवणूकीसाठी कमी निधी उपलब्ध झाल्यामुळे या बँकांची नफा मिळविण्याची क्षमता कमी झाली. तद्वतच रिझर्व्ह बँकेच्या दिशानिर्देशामुळे सरकारी कर्जरोख्यांमध्ये केलेली गुंतवणूक तुलनेने कमी लाभदायक होती. कारण सरकारी कर्जरोख्यातील गुंतवणूकीवर मिळणारा व्याजाचा दर बाजारदरापेक्षा कमी होता. त्यामुळे राष्ट्रीयीकृत बँकांसाठी अशाप्रकारच्या सरकारी कर्जरोख्यातील गुंतवणूक ही एक प्रकारे जाचक होती.

देशाची केंद्रीय बँक म्हणून रिझर्व्ह बँक ऑफ इंडिया देशातील इतर बँकांनी गोळा केलेल्या ठेवींच्या ठरवून दिलेल्या प्रमाणाएवढी रक्कम स्वत:कडे ठेवते त्याला राखीव निधीचे प्रमाण असे म्हणतात. या विषयीची तरतुद बँकिंग विनियमन कायद्याच्या कलम १७ मध्ये केलेली आहे.[५] या रोखता निधी प्रमाणात १ प्रतिशतने वाढ केल्यास १०० कोटी रूपयापर्यंत कर्ज वितरण थंडावते.[६] यावरून राखीव निधीच्या प्रमाणाचा अंक जेवढा जास्त तेवढा संबंधीत अधिकोषांच्या पतनिर्मितीवर पर्यायाने त्यांच्या उत्पन्नावर विपरीत परिणाम होतो. राष्ट्रीयीकरणानंतरच्या कालखंडामध्ये राखीव निधीच्या प्रमाणात अधिक वृद्धी झाल्यामुळे राष्ट्रीयीकृत अधिकोषांची आर्थिक स्थिती ढासळत गेल्याचे दिसून येते. वैधानिक रोखता अनुपात आणि राखीव निधीचे प्रमाण असे दोन्ही मिळून जवळपास एकूण बचतीच्या ५३ प्रतिशत किंबहुना त्यापेक्षा जास्त बचती रिझर्व्ह बँकेकडे या बँकांना ठेवाव्या लागत होत्या. त्यावर मिळणारा व्याजाचा दर बाजारदरापेक्षा बराच कमी असल्यामुळे राष्ट्रीयीकृत अधिकोषांची आर्थिक स्थिती आणखीच ढासळत गेली.

प्राधान्यप्राप्त क्षेत्रांना कर्जपुरवठा आणि अनुदानीत कर्ज यामध्ये चुकीची एकरूपता मानली गेली. निर्देशित गुंतवणूकीवरील निम्न व्याजदरामुळे इतर क्षेत्रांकडून उच्च व्याजदर आकारणे अनिवार्य झाले. तसेच शासनाचा अधिकोषण क्षेत्रामधील हस्तक्षेप धोरणात्मक मार्गदर्शनापुरता मर्यादित न राहता प्रत्यक्ष कर्ज निर्णयापर्यंत पोहचला. ज्यामुळे अधिकोषांची उत्पादकता, कार्यक्षमता आणि लाभप्रदता घटली.[७] त्याचप्रमाणे अधिकोषण क्षेत्रातील कार्यात्मक लवचिकता (Operational Flexibility) आणि कार्यात्मक स्वायत्ततेच्या अभावामुळेसुद्धा अधिकोषण क्षेत्राच्या लाभकारितेवर विपरीत परिणाम झाला. जाचक नियंत्रणे आणि केंद्रीय सत्तेचा दिशानिर्देशनातील ताठरपणा राष्ट्रीयीकृत अधिकोषांच्या ढासळत गेलेल्या आर्थिक स्थितीस कारणीभूत ठरला.

अधिकोषांच्या राष्ट्रीयीकरणानंतर अधिकोषण क्षेत्रात निर्माण झालेल्या वरील दोषपूर्ण बाबींबरोबरच काही प्रशासनिक दोषसुद्धा अधिकोषांच्या आर्थिक अरिष्टाला कारणीभूत ठरले. ज्यामध्ये सरकारीकरणाचे दोष प्रामुख्याने सांगता येतील उदा. दप्तर दिरंगाई, भ्रष्टाचार, वशिलेबाजी, कामातील शिथीलता आणि नोकरशाहीचे इतर दोष तसेच सरकारवरची जास्त निर्भरता यामुळे बँकांचे आर्थिक आरोग्य धोक्यात आले.

उपरोक्त सर्व दोषांमुळे देशातील सर्व राष्ट्रीयीकृत व्यापारी बँकांच्या व्यवहाराची पातळी घसरत गेली. सरकारच्या आर्थिक व्यवहारांचा कितीही बोजवारा वाजला असला तरी जनतेचा त्यावर सरकारी या नात्याने विश्वास असतो. या विश्वासावर बँका टिकून होत्या असे म्हटल्यास वावगे ठरणार नाही. हिच स्थिती भारतातील अधिकोष वगळता इतरही वित्तीय संस्थांची होती. यावर उपाय म्हणून संपूर्ण वित्तीय क्षेत्राची पुनर्रचना करणे अनिवार्य बनले. तसेच नव्वदच्या दशकाच्या प्रारंभी जागतीक पातळीवर मुक्त बाजाराधिष्ठित धोरणाचा स्वीकार करण्यात आला. ज्यामध्ये उदारीकरण, जागतीकीकरण, खाजगीकरण, निर्नियंत्रण इत्यादी बाबींना प्राधान्य देण्यात आले. यादृष्टीने वित्तीय पुनर्रचनेचा एक भाग म्हणून बँकिंग क्षेत्राची पुनर्रचना करण्याचे केंद्र सरकारने ठरविले. त्यानुसार १४ ऑगस्ट १९९१ ला नरसिंहम् समितीची स्थापना करण्यात आली.

३.३ नरसिंहम् समिती -I (१९९१) ची कार्यकक्षा

भारतात जुन १९९१ पासून नवीन आर्थिक धोरण अंमलात आले. त्याअनुषंगाने अर्थव्यवस्थेतील वित्तीय व्यवस्थेच्या सुधारणेकडे विशेष लक्ष देण्यात आले. नवीन आर्थिक धोरण जाहीर केल्यावर भारत सरकारने वित्तीय व्यवस्थेची सुधारणा करण्यासाठी एक उच्चस्थरीय समिती नेमली. या समितीकडे वित्तीय व्यवस्थेची संरचना, संघटना कार्य आणि प्र किया यांचेशी संबंधीत बार्बीचे परिक्षण करण्याचे कार्य सोपविण्यात आले. देशातील सार्वजनिक क्षेत्रातील अधिकोष, खाजगी व विदेशी अधिकोष, भांडवली बाजार, अधिकोषेत्तर वित्तीय संस्था, विमा मंडळे आणि रोखे बाजार इत्यादी वित्तीय क्षेत्र या समितीच्या कार्यक्षेत्रात होते. या सर्व क्षेत्रात समितीने विविध सुधारणा सूचविल्या. प्रस्तुत विषयामध्ये केवळ अधिकोषण सुधारणांचाच विचार करण्यात आलेला आहे.

भारत सरकारच्या वित्त मंत्रालयातील आर्थिक व्यवहार विभागाच्या अधिकोषण विभागाने १४ ऑगस्ट १९९१ रोजी वित्तीय प्रणाली संबंधी एका समितीची नेमणूक केली. या समितीचे अध्यक्ष एम्. नरसिंहम् होते. समितीने भारतातील वित्तीय क्षेत्राचा अभ्यास करून ८ नोव्हेंबर १९९१ रोजी आपल्या अहवालाचा सारांश वित्त मंत्रालयाला पाठविला आणि मुख्य अहवाल १९ नोव्हेंबर १९९१ ला सादर केला. वित्तिय प्रणालीसंबंधी नेमलेली नरसिंहम् समितीपुढील प्रमाणे होती.

१. अध्यक्ष- एम्. नरसिंहम् (माजी गव्हर्नर, रिझर्व्ह बँक ऑफ इंडिया)
२. सदस्य- ए. घोष (उप-गव्हर्नर, भारतीय रिझर्व्ह बँक अधिकोषण व्यवहार विभाग)
३. सदस्य- एम्.एन. गोईपोरीया (अध्यक्ष, भारतीय स्टेट बँक)
४. सदस्य- एस्. एस्. नाडकर्णी (अध्यक्ष, भारतीय औद्योगीक विकास बँक)
५. सदस्य- एन्. वाघुल (अध्यक्ष, भारतीय औद्योगीक पतपुरवठा व गुंतवणूक महामंडळ)
६. सदस्य- एम्. आर. श्रॉफ
७. सदस्य- वाय. एच्. मालेगम
८. सदस्य- मृणाल दत्त चौधरी
९. सदस्य- के.जे. रेड्डी (सह-सचिव, अधिकोषण विभाग)

उपरोक्त समितीने सादर केलेला अहवाल संसदेमध्ये १७ डिसेंबर १९९१ मध्ये रोजी मांडण्यात आला. प्रामुख्याने सार्वजनिक बँका, वित्तीय संस्था व भांडवली बाजार ही क्षेत्र नरसिंहम् समितीची कार्यक्षेत्र होती. या अनुषंगाने नरसिंहम् समितीच्या कार्यकक्षा पुढीलप्रमाणे होत्या.

१. भारतातील वित्तीय पद्धती आणि त्यामधील विविध घटकांच्या वर्तमान रचनेचे परिक्षण करणे. या वित्तीय पद्धतीची कार्यदक्षता व परिणामकारकता सुधारण्यासाठी विशेषतः सरकारी बँका व वित्तीय संस्थांच्या आर्थिक व्यवहारातील बचती, जबाबदारी आणि लाभदायकता सुधारण्यासाठी शिफारसी करणे.

२. संरचनात्मक पद्धती, कार्यपद्धती व व्यवस्थापकीय धोरण सुधारण्यासाठी व त्यांचे आधुनिकीकरण घडवून आणण्यासाठी शिफारसी करणे.

३. बँकांना व वित्तीय संस्थांना अर्थव्यवस्थेत निर्माण होणाऱ्या नवीन पत विषयक गरजांना जास्त परिणामकारकतेने प्रतिसाद देता येणे शक्य व्हावे म्हणून त्यांच्यामध्ये अधिक स्पर्धात्मक सामर्थ्य निर्माण करण्यासाठी शिफारसी करणे.

४. विविध वित्तीय संस्था आणि बँकांच्या भांडवली रचनेचा परिव्यय, आपसातील मेळ आणि पुरेसेपणा यांचे परिक्षण करून त्यासंबंधी शिफारसी करणे.

५. वित्तीय व्यवस्थेतील विविध वित्तीय संस्थाच्या सापेक्ष भूमिकांचे परिक्षण करणे व त्यांच्या संतुलित विकाससंबंधी शिफारसी करणे.

६. वित्तीय क्षेत्रातील विविध संस्थांच्या विशेषतः व्यापारी बँका व दीर्घ मुदतीचा पतपुरवठा करणाऱ्या संस्थांच्या संबंधी अस्तित्वात असलेल्या पर्यवेक्षकी व्यवस्थांचे परिक्षण करणे आणि त्यांच्या योग्य तसेच परिणामकारक पर्यवेक्षणाची खात्री देता येईल अशी व्यवस्था निर्माण करण्यासाठी शिफारसी करणे.

७. अस्तित्वात असलेल्या वैधानिक चौकटीचे परिक्षण करून या अहवालात शिफारस केलेल्या बदलांची अंमलबजावणी करण्याच्या दृष्टीने त्यामध्ये आवश्यक दुरुस्त्या सूचविणे.

८. या समितीला आपल्या पाहणी विषयाशी सुसंगत वाटलेल्या कोणत्याही बाबतीत अथवा भारत सरकारने समितीला निश्चित स्वरूपात सांगितलेल्या बाबीसंबंधी शिफारसी करणे.[८]

नरसिंहम् समितीच्या कार्यकक्षेची वरील स्वरूपाची व्याप्ती लक्षात घेता असे दिसून येते की, भारतातील वित्तीय क्षेत्रामध्ये संरचनात्मक, कार्यात्मक आणि धोरणात्मक स्वरूपाचे परिवर्तन करून या क्षेत्राची कुशलता, कार्यक्षमता आणि लाभप्रदता वृद्धींगत करणे हा समितीचा मुख्य उद्देश होता. समितीच्या मते वर्तमान स्थितीत भारतातील व्यापारी बँका आणि इतर वित्तीय संस्था आर्थिक दुर्बलतेने ग्रासल्या असून स्पर्धात्मक वातावरणातील निर्माण झालेल्या नवीन आव्हानांना त्या प्रतिसाद देऊ शकत नाहीत. बँकांमधील ग्राहक सेवांची पत कमी दर्जाची असून या क्षेत्रातील कामाचे तंत्रज्ञान कालबाह्य झालेले आहे. व्यवहार खर्च बराच जास्त असून घटती उत्पादकता व कार्यक्षमता यामुळे बँकांच्या लाभप्रदतेत लक्षणीय घट झालेली आहे.[९]

३.४ नरसिंहम् समिती - I (१९९१) च्या शिफारसी

नरसिंहम् समितीने आपल्या सादर केलेल्या अहवालामध्ये काही मुलभूत स्वरूपाचे बदल सूचविलेले असून त्यामागील प्रमुख उद्दीष्ट्ये वित्तीय क्षेत्रातील उत्पादकता, कार्यक्षमता वाढवून या क्षेत्रांना सक्षम बनविणे आणि त्यांच्या वित्तीय दुर्बलतेस कारणीभूत असणाऱ्या घटकांचे निर्मुलन करून तिला अधिक स्पर्धाक्षम बनविणे होता. त्याचप्रमाणे याच संस्थांना नियंत्रित वातावरणातून मुक्त करून त्यांच्या व्यवहारात लवचिकता आणि कार्यात्मक स्वायत्तता आणणे असा होता. प्रस्तुत अध्ययन बँक या संस्थेशी निगडीत असल्या कारणाने या ठिकाणी नरसिंहम् समितीने बँकिंग क्षेत्राविषयी आपल्या अहवालात केलेल्या तरतुदींचाच विचार करण्यात आलेला आहे. नरसिंहम् समितीच्या शिफारशींचे वर्गीकरण पुढील पाच भागांमध्ये करता येईल.

I. बँकांच्या वित्तीय व्यवहारासंबंधी शिफारसी

❖ वैधानिक रोखता अनुपाताचा (SLR) वापर सार्वजनिक क्षेत्राला वित्तपुरवठा करण्याचे साधन म्हणून करू नये. वित्तीय व्यवहारावर दुरूगामी परिणाम करण्याच्या दृष्टीने वैधानिक रोखता अनुपात येत्या पाच वर्षात क्रमाक्रमाणे कमी करीत २५ प्रतिशत पर्यंत आणावा.

❖ व्याजदरावरील नियंत्रण काढूण टाकण्यात आल्यामुळे खुल्या बाजारातील खरेदी - विक्रीचे व्यवहार रिझर्व्ह बँकेला जास्त कार्यदक्षतेने करता येतील. त्यामुळे रोख निधी प्रमाण (CRR) कमी करणे संयुक्तिक होईल.

❖ वैधानिक रोखता अनुपातामधील निधीतून केलेल्या गुंतवणूकीवरील व्याजाच्या दरात वाढ करण्यात यावी. वैधानिक रोखता अनुपात निधीतील गुंतवणूक हळुहळु बाजाराशी निगडीत करावी. रोख निधी प्रमाणावरील व्याजदरातही वाढ करण्यात यावी.

❖ निर्देशित पतपुरवठा कार्यक्रमाद्वारे दुर्लक्षित घटकापर्यंत पोहचणे शक्य झाले व त्याचा शेती व लघुउद्योग क्षेत्रांना लाभ झाला. तरी व्याजदरातील सवलतीमुळे त्यात खंडाचा अंश निर्माण झाला. म्हणून निर्देशित पत पुरवठा कार्यक्रम हळुहळु बंद करावेत. लहान व सीमांत शेतकरी, लघुउद्योग, लहान प्रमाणावर व्यवसाय व वाहतुक करणारे, ग्रामीण व कुटिरउद्योग, ग्रामीण कारागीर व इतर दुर्बल घटकांना समाविष्ट करणारी प्राधान्य प्राप्त क्षेत्राची नवीन व्याख्या करावी. एकूण पतपुरवठ्यातील या क्षेत्रांना केल्या जाणाऱ्या पतपुरवठ्याच्या प्रमाणात व साधारणपणे एकूण पतनिर्मितीच्या १० टक्के पतपुरवठा नवीन व्याख्येत समाविष्ट केलेल्या प्राधान्य प्राप्त क्षेत्राला पुरविला जावा. या क्षेत्राला केल्या जाणाऱ्या वाढीव पतपुरवठ्यासाठी रिझर्व्ह बँक व इतर पुनर्पतपुरवठा संस्थांनी पुनर्पतपुरवठा करावा.

❖ आजच्या निर्नियमित केलेल्या परिस्थितीतही आजची प्रशासीत व्याजदराची रचना खुपच गुंतागुंतीची आहे. अलीकडील काळात निर्माण झालेली बाजार परिस्थिती व्याजातून प्रतिबींबीत व्हावी म्हणून व्याजाचे दर आणखी निर्नियमीत अथवा खुले करावेत. नरसिंहम् समितीच्या शिफारसीनुसार अगोदर सूचित केल्याप्रमाणे वैधानिक रोखता अनुपात हळुहळु घटविल्यामुळे बँकांच्या ठेवीवरील व्याजदर यापुढेही नियमीत केले जावेत.

❖ शासकीय उधारावरील व्याजदर बाजारात प्रस्थापित झालेल्या व्याजदराशी मिळते जुळते करावेत. रिझर्व्ह बँक ऑफ इंडियाच्या पैसा विषयक धोरणाची दिशा स्पष्ट होईल अशा प्रकारे बँक दर निश्चित करावा व बँकांच्या व्याजदराची रचना त्यांच्याशी संबंधीत असावी. चक्रवर्ती समितीने सूचविलेल्या कसोट्या सर्वसाधारणपणे विचारात घेऊन विविध व्याजदरातील अंतर निश्चित करावे.

II. भांडवल उभारणी आणि हिशेब पद्धतीसंबंधी शिफारसी

❖ नफा मिळविणाऱ्या व बाजारात चांगला नावलौकीक असणाऱ्या बँकांनी आपले भांडवल वाढविण्यासाठी भांडवली बाजारात प्रवेश करावा. इतर बँकांच्या भांडवलातील तुट भरून काढण्यासाठी शासनाने प्रत्यक्ष भांडवल पुरवठा करावा अथवा दुय्यम कर्ज म्हणून पूरविले जाईल असे कर्ज पुरवावे.

❖ बँकांनी हिशेब ठेवण्याच्या विशेषतः उत्पन्न ठरविण्याच्या बाबतीत समान पद्धतीचा अंगीकार करावा. संशयीत कर्जासाठी तरतुद करावी.

❖ भांडवलाची तरतुद करण्यासाठी बँकांनी सध्या अस्तित्वात असलेल्या भांडवल वर्गीकरणाच्या चांगल्या संहितेचा वापर करून भांडवलाचे आदर्श, आदर्शवत, संशयीत आणि बुडित जिंदगी असे वर्गीकरण करावे. आदर्शवत जिंदगी भरून काढण्यासाठी या प्रकारच्या पण न फेडलेल्या कर्जाच्या १० प्रतिशत एवढी आणि

संशयीत जिंदगी भरून काढण्यासाठी तारणातील अपुरेपणा पूर्णपणे भरून काढण्याएवढी तरतुद करावी. बुडित जिंदगी पूर्णपणे निर्लेखित करावी अथवा त्यासाठी पूर्णपणे तरतुद करावी.

❖ बँकांनी आपले ताळेबंद वस्तुस्थितीदर्शक व अचुक असतील असे पाहावे.

III. कर्जवसूलीसंबंधी शिफारसी

❖ बँकांना कर्जे वसूल करण्यात अडचणी येतात. वसूल न झालेल्या कर्जात बँकांचे भांडवल मोठ्या प्रमाणात अडकून पडते म्हणून वसूलीची प्रक्रिया गतिमान करण्यासाठी तिवारी समितीच्या शिफारसीप्रमाणे विशेष न्यायासनांची स्थापना करावी.

❖ बँकांवरील वसूल करता न येणाऱ्या कर्जाचा भार कमी करण्यासाठी जिंदगी पूनर्बांधणी निधी (Assets Reconstruction Fund) उभा करावा. या निधीने बँकांचे संशयीत देणे स्वतंत्र लेखपालाने ठरविलेल्या दराला वटवावे. या निधीतून बँकांनी सहभागात दिलेली व संशयित असलेली कर्जे प्रथम वटवावीत आणि त्या बाबतीतील प्रगती पाहून मग इतर संशयित व वसूल न करता येणारी कर्जे या निधीकडे वर्ग करावीत. कर्जे पुनर्लेखित करून घेण्याचा नेहमीचा मार्ग म्हणून या पद्धतीचा वापर करू नये. या पद्धतीचा वापर आणिबाणीच्या परिस्थितीतील व्यवस्था म्हणून करावा व ही योजना वसूलीच्या प्रक्रियेत असलेल्या कर्जापुरती मर्यादित असावी.

❖ आजारी असलेल्या संस्थांना दिलेल्या कर्जासंबंधी वेगळी व्यवस्था करावी. देखभालीखाली अथवा पुनर्वसनाखाली असलेल्या संस्थांना दिलेली सहभागातील कर्जे अशा सहभागातील अग्रणी बँकेने अथवा वित्तीय संस्थेने इतर बँकांकडून अथवा वित्तीय संस्थांकडून स्वतंत्रपणे व नि:पक्षपातीपणे ठरविलेल्या बट्ट्याच्या दराला (Discount Rate) आपल्याकडे वर्ग करून घ्यावीत.

IV. बँक पद्धतीच्या संरचनेसंबंधी शिफारसी

❖ बँक पद्धतीची संरचना विस्तृत करण्यासाठी समितीने पुढील शिफारसी केलेल्या आहेत.

१. भारतीय स्टेट बँक सहित एकूण ३ अथवा ४ बँकांनी आंतरराष्ट्रीय पातळीवर सहकार्य करावे.

२. देशभर शाखांचे जाळे पसरलेल्या ८ अथवा १० बँका असाव्यात व त्यांनी सर्व प्रकारची बँक सेवा पुरवावी.

३. ठराविक भौगोलिक विभागात कार्य करणाऱ्या स्थानिक बँका असाव्यात.

४. शेती व संलग्न क्षेत्राने सेवा पुरविणाऱ्या ग्रामीण बँका असाव्यात. प्रादेशिक ग्रामीण बँकांचा त्यात समावेश असावा.

सरकारी क्षेत्रातील प्रत्येक बँकेने एक अथवा अधिक ग्रामीण उप-बँका स्थापन कराव्यात. सरकारी क्षेत्रातील त्या बँकेच्या ग्रामीण शाखा उपबँकेच्या अधिकारात दयाव्या. प्रादेशिक ग्रामीण बँकांनी सर्व प्रकारच्या अधिकोषण सेवा लोकांना उपलब्ध करून देतांना लक्ष्यगटांना किमान वर्तमान प्रमाणात तरी पतपुरवठा करावा. प्रादेशिक ग्रामीण बँकांचे व्याजदर व्यापारी बँकांच्या व्याजदराच्या बरोबरीत असावे.

❖ यापुढे बँकांचे राष्ट्रीयीकरण करण्यात येणार नाही असे शासनाने जाहीर करावे. त्यामुळे खाजगी क्षेत्रातील गतीशिल बँकांच्या विकासातील अडथळे नष्ट होतील. खाजगी आणि सरकारी क्षेत्रातील बँकांना दिल्या जाणाऱ्या वागणूकीत भेदभाव असून नये. नवीन बँक स्थापन करण्याच्या रिझर्व्ह बँकेच्या अटी पूर्ण करू शकणाऱ्या तसेच लेखा व विविध तरतुर्दींच्या बाबतीत व्यवहारी धोरण अंमलात आनू शकणाऱ्या खाजगी क्षेत्रातील नवीन बँकांच्या स्थापनेवर निर्बंध असू नयेत.

❖ नवीन शाखा उघडण्यासंबंधीची परवानगी पद्धती बंद करावी. ग्रामीण भागातील शाखा वगळता इतर भागात शाखा उघडण्याचे अथवा बंद करण्याचा निर्णय संबंधीत बँकेच्या व्यापार निर्णय शक्तीवर सोपवावा.

❖ शासनाच्या विदेशी गुंतवणूक विषयक नवीन धोरणाला अनुसरून विदेशी बँकांना भारतात शाखा उघडण्यास अथवा रिझर्व्ह बँकेला योग्य वाटल्यास उपबँका स्थापन करण्यास रिझर्व्ह बँकेच्या विशिष्ट अटींवर परवानगी दयावी. व्यापारी बँक व्यवसाय, गुंतवणूक बँक व्यवसाय आणि पट्ट्याने देण्याचे व्यवहार (Leasing) करणे यासारख्या नवीन वित्तीय सेवांच्या बाबतीत भारतीय व विदेशी बँकांच्या सहयोगास परवानगी देण्यात यावी. विदेशी बँकांना भारतीय बँकांच्याच शर्ती लागू कराव्यात.

❖ भारतीय बँकांचे विदेशातील आर्थिक व्यवहार सुसंघटीत केले पाहिजेत. ज्या देशात भारतीयांची वस्ती मोठ्या प्रमाणात आहे त्या देशात तसेच आंतरराष्ट्रीय प्रमुख वित्तीय केंद्रात भारतीय स्टेट बँक सहित एक अथवा दोन बँकांना आपली कार्यकक्षा विस्तारण्यास बराच वाव आहे. त्यादृष्टीने वित्तीय पाया मजबूत असलेल्या व विदेशात बऱ्याच शाखा असलेल्या बँकांनी इतर बँकांच्या शाखा ताब्यात घेऊन कार्य करण्यासाठी उप-बँका स्थापन कराव्यात. विदेशात स्थापन झालेल्या लहान बँकांचा कारभार स्वीकारून या मोठ्या बँकांना आपले कार्यक्षेत्र वाढविण्यास वाव देण्याचा विचार शासनाने करावा.

V - बँकांच्या संघटनविषयी शिफारसी

❖ बँकांची अंतर्गत संरचना त्या त्या बँकांच्या निर्णयशक्तीवर सोपवावी. मध्यम व राष्ट्रीय पातळीवरील बँकांची संरचना प्रमुख कार्यालय, प्रादेशिक कार्यालय आणि शाखा अशी त्रीस्तरीय असावी. फार मोठ्या बँकांची संरचना प्रमुख कार्यालय, प्रादेशिक कार्यालय, विभागीय कार्यालय आणि शाखा अशी चतु:स्तरीय असावी. बँकांच्या कामकाजात संगणकाचा वापर वाढवत न्यावा.

❖ अधिकाऱ्यांची भरती स्वतंत्रपणे करण्याची बँकांना मुभा असावी. लिपिकांची भरती अधिकोषण सेवा भरती मंडळाकडून केली जावी. पण या मंडळाचे अध्यक्ष नेमण्याचे अधिकार संलग्न बँकांकडे सोपवावे.

❖ भारतातील बँक पद्धतीवर अतिरिक्त नियमन आहे. रिझर्व्ह बँकेच्या अधिपत्याखाली एक स्वायत्त संस्था स्थापन करून तिच्याकडून बँकांचे नियमन केले जावे. अंतर्गत लेखापरिक्षण व तपासणी अहवाल आधारभूत मानून पर्यवेक्षक प्राधिकरणाने तपासणी करावी.

❖ बँकांचे प्रमुख कार्यकारी संचालक नेमतांना व्यावसायिकता व प्रामाणिकपणा यांनाच प्राधाण्य देण्यात यावे. या नेमणूका विख्यात लोकांच्या शिफारसीवरून केल्या जाव्यात. बँकेच्या कार्यकारी मंडळावर रिझर्व्ह बँकेचा प्रतिनिधी असण्याची आवश्यकता नाही. सरकारी क्षेत्रातील बँकांच्या कार्यकारी मंडळावर शासकीय प्रतिनिधी असावा.

३.५ नरसिंहम् समितीतील सदस्यांच्या वेगळ्या शिफारसी

उपरोक्त शिफारसींसोबतच प्रस्तुत नरसिंहम् समितीच्या अहवालामध्ये या समितीतील मृणाल दत्त चौधरी व एम्. आर. श्रॉफ या दोन सदस्यांनी अहवालासोबत आपली भिन्न मतपत्रिका जोडली. त्यांची अधिकोषण सुधारणांबाबतची भूमिका पुढीलप्रमाणे होती. त्यांच्यामते बँकांच्या व्यवहारातील एकात्मता आणि स्वायत्तता त्यांच्या मालकी हक्कापेक्षा अधिक महत्त्वाची आहे. बँकांच्या मालकी संबंधीचा प्रश्न कोठेही उपस्थित न करता समितीच्या शिफारसी ज्या उद्दीष्टांवर आधारलेल्या आहेत. ती उद्दीष्टे साध्य करता येतील असे समितीला वाटते. परंतु देशातील प्रस्तापित राजकीय परिस्थिती विचारात घेता आमच्या दृष्टीने या बँकांची स्वायत्तता राखणे हे अधिक महत्त्वाचे आहे. शासनाकडे या बँकांची मालकी राहणार असली तरी, सरकारी क्षेत्रातील बँकांच्या संचालक मंडळावर शासनाने

आपले अधिकार नेमू नयेत. वित्त मंत्रालयातील वर्तमान अधिकोषण विभाग विसर्जित करण्यात यावा. त्याचप्रमाणे या बँकांची मालकी म्हणून लोकसभेला व लोकांना शासन जबाबदार असते. परंतु जबाबदारी म्हणजे या बँकांच्या कार्यामध्ये गुंतून जाणे नव्हे. ते कार्य व्यवस्थापन आणि संचालक मंडळाचे आहे. बँकांवरील रिझर्व्ह बँक आणि वित्त मंत्रालय यांची दुहेरी नियंत्रणाची परिस्थिती संपुष्टात आणण्याच्या मार्गात शासकीय संचालकाची नियुक्ती आड येते.[१०]

नरसिंहम् समितीच्या बहुतांश शिफारसी स्वागतार्ह्य आणि बँकिंग क्षेत्रावर पर्यायाने भारतीय अर्थव्यवस्थेवर दूरगामी परिणाम करणाऱ्या आहेत. १७ डिसेंबर १९९१ रोजी या शिफारसी अहवालाच्या रूपात लोकसभेसमोर मांडण्यात आल्या तेव्हा त्यांचे तसे स्वागतच झाले. कारण नरसिंहम् समितीच्या शिफारसींपैकी बहुतांश शिफारसी १९८५ साली याबाबत नेमलेल्या चक्रवर्ती समितीनेसुद्धा केल्या होत्या. याचा अर्थ नरसिंहम् समितीने केलेल्या शिफारसी आणि सूचविलेले बदल केवळ आवश्यक आहेत असे नव्हे तर ते आधीच करायला हवे होते. नरसिंहम् समितीच्या उपरोक्त शिफारसींमागील दृष्टीकोण बँकांच्या कार्यात दक्षता, स्पर्धात्मकता, गुणवत्ता आणि परिचलनात्मक लवचिकता निर्माण करून बँकांना सशक्त आधार आणि आंतरराष्ट्रीय मापदंडाच्या दृष्टीकोणातून सक्षम बनविणे असा होता. बँकांच्या कार्यात अधिक स्वायत्तता, लवचिकता आणि अद्ययावत तंत्रज्ञान आणून बँकांना अधिक ग्राहक प्रधान आणि बाजार प्रधान बनविणे, तसेच बँकांच्या कार्यात विश्वसनीयता, पारदर्शकता आणि दक्षता निर्माण करूण त्यांना देशाच्या आर्थिक विकासात प्रमुख भूमिका वटविण्यासाठी सक्षम बनविणे या उद्देशाने प्रेरीत होऊन प्रस्तुत सुधारणा सूचविण्यात आल्या. त्याचप्रमाणे जागतिकीरणाच्या दृष्टीकोणातून बँकांच्या कार्यकुशलतेत सुधारणा करणे तसेच बँकांच्या सेवांमध्ये तत्परता आणि गुणवत्ता निर्माण करून अनावश्यक खर्चाला आवर घालण्याच्या दृष्टीने समितीने सुधारणा सूचविल्या होत्या. या सुधारणांचे अनेक क्षेत्रामधून स्वागत झाले. परंतु बँक कामगार संघटनांनी मात्र या सुधारणांना विरोध केला. या विरोधाला न जुमानता भारत सरकारने नरसिंहम् समितीने (I) सूचविलेल्या सर्व मुख्य शिफारसी स्वीकारून त्यांची अंमलबजावणी सुरू केली.

३.६ नरसिंहम् समिती- II (१९९८) ची कार्यकक्षा

१९९१ मध्ये वित्तीय सुधारणांना नरसिंहम् समितीच्या शिफारसी नुसार प्रारंभ करण्यात आला. वित्तीय सुधारणांमधील एक महत्त्वपूर्ण भाग म्हणजे अधिकोषण सुधारणा होत्या. या क्षेत्रामध्ये नरसिंहम् समितीच्या शिफारसीनुसार व्यापक प्रमाणात सुधारणा कार्यक्रमांची आखणी आणि अंमलबजावणी करण्यात आली. जागतिकीकरण, उदारीकरण, खाजगीकरण आणि प्रतिस्पर्धेच्या परिवेशामध्ये देशातील अधिकोषण क्षेत्र अधिक सुदृढ, स्पर्धाक्षम आणि स्वस्थ बनविण्याच्या हेतूने अधिकोषण क्षेत्रामध्ये पुन्हा एकदा सुधारणा घडवून आणण्याचा विचार समोर आला. त्यामधून अधिकोषण सुधारणांच्या दुसऱ्या टप्प्याला प्रारंभ झाला. भारत सरकारच्या वित्त मंत्रालयाने श्री. एम्. नरसिंहम् यांच्या अध्यक्षतेखाली पुन्हा एकदा समिती नियुक्त केली. यावेळी या समितीचे कार्यक्षेत्र केवळ अधिकोषण क्षेत्रापुरतेच मर्यादित होते. २६ डिसेंबर १९९७ च्या वित्तमंत्रालयाच्या सूचनापत्रानुसार 'अधिकोषण क्षेत्र सुधारणांवरील समिती' या नावाने प्रस्तुत समितीचे गठण करण्यात आले. या समितीने आपला अहवाल २२ एप्रिल १९९८ रोजी भारत सरकारला सादर केला. या समितीची रचना पुढील प्रमाणे होती.

१.	अध्यक्ष	श्री. एम्. नरसिंहम्	अध्यक्ष, ॲडमिनिस्ट्रेटीव्ह स्टाफ कॉलेज, हैद्राबाद.
२.	सदस्य	श्री. दिपांकर बासू	माजी अध्यक्ष, स्टेट बँक ऑफ इंडिया.
३.	सदस्य	श्री. दीपक पारेख	अध्यक्ष, इन्फ्रास्ट्रक्चर डेव्हलोपमेंट फायनांस कंपनी लि., चेन्नई.
४.	सदस्य	श्री. पी. कोटैइ	अध्यक्ष, नाबार्ड, मुंबई.

५.	सदस्य	श्री. शिव नदार	अध्यक्ष, एच.सी.एल. कॉर्पोरेशन, नोएडा.
६.	सदस्य	श्री. एम्.व्ही. सुब्बाई	अध्यक्ष आणि व्यवस्थापकीय संचालक, इ.आय.डी. पॅरि इंडिया लि., चेन्नई.
७.	सदस्य	श्री. सुनिल मुंजल	कार्यकारी संचालक, हिरो सायकल, लुधियाना.
८.	सदस्य	श्री. एस्.एस्. तारापोरे	माजी उप-गव्हर्नर, रिझर्व्ह बँक ऑफ इंडिया, मुंबई.
९.	सचिव,	श्री. सी.एम्. वासुदेव	विशेष सचिव, बँकिंग डिव्हीजन, डिपार्टमेंट ऑफ इकॉनॉमिक अफेअर्स ,मिनिस्ट्री ऑफ फायनांस.

१९९८ च्या अधिकोषण सुधारणांची पायाभरणी १९९१ च्या वित्तीय सुधारणांमधील अधिकोषण विषयक सुधारणांच्या तरतदींनी केली. भारतातील अधिकोषण व्यवस्थेतील स्थैर्यामुळेच १९९७ मधील दक्षिण-पूर्व आशियाई देशांमधील वित्तीय संकटाचे संक्रमण थोपविण्यास मदत झाली.[११] या दृष्टीने १९९८ चा अधिकोषण सुधारणांचा दुसरा टप्पा महत्त्वपूर्ण समजला जातो. १९९१ च्या प्रथम टप्प्याच्या अधिकोषण सुधारणांना देशातील अधिकोषण व्यवस्थेला स्थिरता प्राप्त करून देण्याचे श्रेय जात असले तरी अधिकोषण व्यवसायातील वाढती स्पर्धा, वाढते निष्क्रिय जिंदगीचे (NPA) प्रमाण आणि अद्ययावत तंत्रज्ञान इत्यादी बाबत विचार करणे अगत्याचे होते. यासारख्या बाबींचा विचार करून भारत सरकारने अधिकोषण क्षेत्रामध्ये सुधारणा घडवून आणण्याचा कार्यक्रम योजला. त्यादृष्टीने नरसिंहम् समिती (II) ची स्थापना करण्यात आली. या समितीने नरसिंहम् समिती (I) च्या शिफारसींच्या अंमलबजावणीचा आढावा घेऊन देशातील अधिकोषण व्यवस्था अधिक स्पर्धाक्षम बनविण्याच्या दृष्टीने काही व्यापक आणि पुरोगामी शिफारसी सूचविल्या. नरसिंहम् समिती (I) १९९१ च्या शिफारसींनी आणि त्यावरील अंमलबजावणीने अधिकोषण सुधारणांसाठी भक्कम पाया निर्माण केला. ज्यांचा साक्षीदार १९९२ ते १९९७ हा कालखंड आहे.[१२] १९९१ च्या समितीने केलेल्या शिफारसी आणि त्यांच्या अंमलबजावणीचा आढावा घेण्याच्या उद्देशाने आणि भारतातील अधिकोषण व्यवस्था अधिक सुदृढ आणि स्पर्धाक्षम बनविण्याच्या हेतूने भारत सरकारने एम्. नरसिंहम् यांच्या अध्यक्षतेखाली दुसऱ्या समितीची स्थापना केली. ही समिती नरसिंहम् समिती (II) (१९९८) या नावाने ओळखल्या जाते. या समितीची कार्यकक्षा देशातील अधिकोषण क्षेत्रापुरतीच मर्यादित होती. त्या दृष्टीने समितीने भारतातील अधिकोषण व्यवस्थेचा प्रामुख्याने सार्वजनिक अधिकोषण व्यवस्थेचा सर्वांगीन अभ्यास करून त्याविषयीचा अहवाल भारत सरकारला सादर केला. ज्यामध्ये अधिकोषांच्या विविध पैलूंवर प्रकाश टाकण्यात आला. तसेच आवश्यक त्या दृष्टीने काही शिफारसी सादर करण्यात आल्या. ज्यामध्ये भांडवल पर्याप्तता, निष्क्रिय जिंदगी (NPA), विवेकी मापदंड, संपत्तीची गुणवत्ता, परिसंपत्तीच्या दायित्वाचे व्यवस्थापन, मिळकत आणि लाभाकरिता अधिग्रहण आणि विलयन, सरकारी क्षेत्रातील अधिकोषांमधील सरकारचे भाग भांडवल ३३ प्रतिशत पर्यंत कमी करणे, आंतरराष्ट्रीय पातळीच्या बँकांची निर्मिती इत्यादी बाबींचा समावेश होता. विश्लेषकांच्या मते या अहवालात एक दोन शिफारसी वगळता नरसिंहम् समिती II (१९९८) चा अहवाल हा नरसिंहम् समिती I (१९९१) च्या अहवालाची पुनरावृत्ती आहे.[१३]

नरसिंहम् समिती II (१९९८) च्या विविध शिफारसींचे वर्गीकरण तीन विषयाच्या अंतर्गत केल्या जाते. १. समृद्ध अधिकोषण व्यवस्थेच्या निर्मितीसाठी उपाययोजना. २. अधिकोषण क्षेत्रामधील अंतर्गत व्यवस्था आणि अधिकोषण पद्धती संबंधीच्या उपाययोजना. ३. अधिकोषण क्षेत्रातील संरचनात्मक बदलासंबंधीच्या उपाययोजना.

३.७ नरसिंहम् समिती -II (१९९८) च्या शिफारसी

नरसिंहम् समिती II (१९९८) ने भारतीय अधिकोषण क्षेत्रासंबंधी केलेल्या शिफारसीची विभागनी पुढील तीन भागांमध्ये केली आहे.

I) समृद्ध अधिकोषण व्यवस्थेसंबंधीच्या शिफारसी

या शिफारशींमध्ये पुढील बाबींचा समावेश आहे.

❖ **भांडवल पर्याप्तता** (Capital Adequacy) -

नरसिंहम् समितीने बँकांच्या भांडवलाची पर्याप्तता पडताळणीचे नवीन निकष लागू करण्याची शिफारस केली. ज्यामध्ये ऋण-जोखमी बरोबरच बाजार जोखमीचा अंतर्भाव करण्यात आला. भांडवल पर्याप्ततेच्या दृष्टीकोणातून नरसिंहम् समितीने सूचविलेल्या शिफारसी पुढील प्रमाणे होत्या. सरकारी प्रतिभूतींच्या संपूर्ण विभागाला बाजारोन्मुख आणि सरकारी प्रतिभूती वर ५ प्रतिशत जोखीम भारांक देण्यात यावा. तसेच भांडवलाचे जोखीम भारीत जिंदगी गुणोत्तर (CRAR) ८ प्रतिशत वरून १० प्रतिशत पर्यंत वाढविणे. गरज भासल्यास यामध्ये आवश्यकतेनुसार वाढ करणे. १० प्रतिशत वाढीचे लक्ष्य २००२ पर्यंत गाठणे त्याचप्रमाणे सरकारने हमी घेतलेल्या अग्रीमावरही इतर अग्रीमांप्रमाणे दिल्या जाणाऱ्या जोखीम भारांकाप्रमाणेच भारांक देणे.

सार्वजनिक क्षेत्रातील अधिकोषांना लागणारे अतिरीक्त भांडवल सरकारची राजकोषीय तुट बघता खुल्या बाजारातून भांडवल उभे करावे. त्यासाठी देशी तसेच विदेशी बाजारपेठेचा पर्याय खुला ठेवावा. त्याचप्रमाणे विदेशी मुद्रेतील असुरक्षित परिसंपत्तीवर १०० प्रतिशत जोखीम भारांक देण्यात यावा.

❖ **संपत्तीची गुणवत्ता**

अधिकोषण सुधारणांच्या पहिल्या टप्प्यानंतर सार्वजनिक बँकांच्या समोरील सर्वात मोठी समस्या म्हणजे निष्क्रिय जिंदगी (NPA) होय. निष्क्रिय जिंदगीचे प्रमाण कमी करून बँकांच्या भांडवल विषयक पर्याप्ततेत भर टाकण्याच्या उद्देशाने निष्क्रिय जिंदगीचे प्रमाण कमी करून २००० पर्यंत ५ प्रतिशत आणि २००२ पर्यंत ३ प्रतिशत करण्याची शिफारस करण्यात आली. भविष्यात निष्क्रिय जिंदगीचे (NPA) प्रमाण कमी करण्यासाठी किंबहुना निष्क्रिय जिंदगीला आळा घालण्याच्या उद्देशाने विवेक-सम्मत मापदंड आणि प्रबंधकीय सुधारणांची शिफारस करण्यात आली. त्यासाठी संपत्ती पुर्ननिर्माण कंपनीच्या स्थापनेची शिफारस करण्यात आली.

समितीच्या शिफारसीनुसार अधिकोषांनी आपल्या बुडीत संपत्तीचे वर्गीकरण तीन प्रकारामध्ये करावे. ज्यामध्ये १२ महिन्यापासून थकीत संपत्ती, १८ महिन्यापासून थकीत संपत्ती आणि कायमस्वरूपी बुडीत संपत्ती असे प्रकार करावे. त्याचप्रमाणे सरकारच्या हमीने दिलेल्या कर्जाचा निष्क्रिय जिंदगीमध्ये उल्लेख करावा. बँकांनी थकीत कर्जाला नवीन कर्ज दाखवून बँकेची आर्थिक स्थिती सुधारलेली दाखविणे टाळावे. अशाप्रकारचे कर्ज प्रकरणे टाळून त्यांचा उल्लेख निष्क्रिय जिंदगीमध्ये करावा. आंतरराष्ट्रीय स्तरावर कार्य करणाऱ्या अधिकोषांनी आपली समग्र निष्क्रिय जिंदगी २००० पर्यंत ५ प्रतिशत आणि २००२ पर्यंत ३ प्रतिशत पर्यंत कमी करण्याचे उद्दीष्ट ठेवावे. तसेच बँकांनी आपल्या शुद्ध निष्क्रिय जिंदगीचे प्रमाण २००० पर्यंत ३ प्रतिशत आणि २००२ शुन्य प्रतिशत प्राप्त करण्याचे उद्दिष्ट ठेवावे.

❖ **विवेकी मापदंड**

सुधारणापूर्व मापदंडानुसार १८० दिवसापर्यंत दिलेल्या कर्जाच्या रकमेचा हप्ता किंवा व्याज न आल्यास त्या संपत्तीला निष्क्रिय संपत्ती घोषीत केल्या जात असे. परंतु समितीच्या नवीन शिफारसीनुसार हा कालावधी १८० दिवसांवरून ९० दिवसापर्यंत कमी करण्यात यावा. त्याला वर्ष २००२ ची कालमर्यादा देण्यात यावी. हा मापदंड सरकारने हमी घेतलेल्या कर्जांनासुद्धा लागू करण्यात यावा. परिसंपत्तीच्या दायित्वातील विसंगती दूर करण्याच्या उद्देशाने बँकांनी परिसंपत्ती दायित्व व्यवस्थापनावर अधिक लक्ष्य केंद्रीत करावे. तसेच व्याजदर जोखमीचाही अंतर्भाव

करावा. बँकांनी मुल्य जोखीम, बाजार जोखीम, विनीमय दर जोखमीबाबत सुद्धा व्यवस्थित प्रयत्न करणे आवश्यक आहे. त्यासाठी बँकांनी आपल्या पातळीवर जोखीम प्रबंधनाच्या माध्यमातून स्वत:चे काही प्रारूप विकसित करावे.

II. अंतर्गत व्यवस्था आणि अधिकोषण पद्धती संबंधीच्या शिफारसी

याबाबत नरसिंहम् समितीने बँकांना शिफारसींच्या अंतर्गत काही सूचना केलेल्या आहेत. त्या पुढील प्रमाणे

❖ बँकांनी स्वत:ची अशी आंतरीक नियंत्रण प्रणाली विकसित करावी. जी प्रणाली त्या बँकांच्या व्यवहारांचे परिक्षण आणि लेखांकन करेल. त्यासाठी बँकेतील उच्चपदस्थ अधिकारी वर्ग अथवा जोखीम व्यवस्थापन मंडळातील सदस्यांचे सहकार्य घ्यावे. बँकांचे कार्यपालन उच्च दर्जाचे राहण्याच्या दृष्टीकोणातून बँकेतील मनुष्यबळामध्ये उच्च दर्जाचे बदल घडवून आणावेत.

❖ अधिकोषांमध्ये नवीन तंत्रज्ञानाचा वापर मोठ्या प्रमाणात वाढवावा त्यासाठी बँकांच्या संगणकीकरणावर अधिक भर द्यावा.

❖ बँकांच्या निर्देशक मंडळामध्ये एक पूर्ण वेळ अतिरिक्त निर्देशक नेमण्यात यावा. मोठ्या बँकांमध्ये यांची संख्या एकापेक्षा जास्त असावी.

❖ बँकेतील अधिकारी अथवा कर्मचाऱ्यांच्या भरतीकरिता बँकांचे स्वतंत्र असे भरती बोर्ड असावेत.

❖ बँकांमध्ये कर्मचाऱ्यांची संख्या अधिक असल्यामुळे ही संख्या कमी करण्याच्या हेतूने बँकांनी स्वेच्छा निवृत्ती योजना राबवून ही संख्या कमी करावी.

❖ सार्वजनिक क्षेत्रातील बँकांमधील प्रबंध संवर्गाचे वेतन खाजगी क्षेत्रातील बँकांमधील प्रबंध संवर्गाच्या तुलनेत आणावे.

❖ कर्जवितरणात विवेक समंत सीमा लावण्यात याव्या ज्यासाठी बँकांनी आंतरीक कर्ज समित्यांची स्थापना करावी.

❖ रिझर्व्ह बँकेनी आपल्या लेखा परिक्षकाच्या निवडीच्या प्रक्रियेची समिक्षा करावी.

❖ बँकेतील ग्राहकासंबंधीचे व्यवहार आणि इतर व्यवहार त्वरित होण्याच्या उद्देशाने नवीन तंत्रज्ञान आणि अद्ययावत सुविधांचा वापर करावा.

III) संरचनात्मक बदलासंबंधीच्या शिफारसी

नरसिंहम् समिती II (१९९८) ने अधिकोषण क्षेत्रात काही मुलभूत आणि संरचनात्मक बदल सूचविले आहेत. त्याविषयीच्या समितीच्या शिफारसी पुढीलप्रमाणे आहेत.

❖ बँकांचे विलयन :-

समितीच्यामध्ये वित्तीय कार्यान्वयन करणाऱ्या केवळ दोनच प्रकारच्या संस्था असाव्यात. त्याम्हणजे बँका आणि बँकेत्तर वित्तीय संस्था किंवा गैरबँकिंग वित्तीय संस्था होय. एखादी विकास वित्त कंपनी अथवा संस्था बँक म्हणून स्थापन होण्यास नकार देत असल्यास अशा वित्तीय संस्थेला गैरबँकिंग वित्तीय संस्था म्हणून आवश्यक असणाऱ्या बाबींच्या पुर्ततेसाठी पुरेसा कालावधी देण्यात यावा. तसेच विद्यमान विकास वित्तीय संस्थांना बँकांच्या रूपात स्थापन करण्यासाठी इतर बँकांप्रमाणेच निर्देशीत ऋण देण्यासाठी अवलंबिलेले धोरण या विकास वित्तीय संस्थांना लागू करावे. बँका आणि गैरबँकिंग वित्तीय संस्थांमधील विलयन सहक्रीयेवर आधारीत असावे.

❖ कमकुवत बँकांबाबत :-

ज्या बँकेचा एकूण तोटा आणि शुद्ध निष्क्रिय जिंदगी बँकेच्या शुद्ध संपत्तीपेक्षा जास्त आहे किंवा ज्या बँकांचा कार्यकारी नफा कमी असून त्यांच्या रोख्यांवरील पुर्नभांडवलीकरणातून मिळणारे उत्पन्न सलग तीन वर्षापासून ऋणात्मक आहे. अशा बँका कमकूवत बँकांमध्ये गणल्या जावून त्यांचा शोध घ्यावा. अशा बँकांनी मोठ्या प्रमाणातील निधी जाणीवपूर्वक टाळून आपल्या थकित संपत्तीच्या वसूलीकरिता कठोर पाऊले उचलून आपली आर्थिक स्थिती मजबुत करण्यावर भर द्यावा. अशा बँकांच्या विलयन बाबतचा निर्णय त्या बँकांच्या ताळेबंदातील शुद्धतेनंतर घ्यावा. सोबतच कमकूवत बँकांच्या पुनर्रूज्जीवनासाठी एका पुनर्गठन आयोगाची स्थापना करावी.

❖ **परिमित बँकिंग (Narrow Banking)**

सार्वजनिक क्षेत्रातील ज्या बँकांच्या निष्क्रिय जिंदगीचे (NPA) प्रमाण त्यांच्या एकूण संपत्तीच्या २० प्रतिशत किंवा खुप अधिक आहे. अश्या कमजोर बँकांच्या पुर्नस्थापनेच्या दृष्टीने नरसिंहम् समितीने (II) परिमिती बँकिंग किंवा सीमीत बँकिंगची संकल्पना पुढे आणली आहे. या संकल्पनेनुसार अशा कमकुवत बँकांच्या पुर्नस्थापनेसाठी प्रयत्न करणे आवश्यक आहे. यामध्ये सीमीत बँकिंगची संकल्पना अपयशी ठरल्यास ती बंद करावी.[१४]

❖ **लहान स्थानिक बँका**

नरसिंहम् समिती (II) च्या शिफारसीनुसार देशात दोन किंवा तीन आंतरराष्ट्रीय दृष्टी असलेल्या बँका असाव्यात. तसेच ८ ते १० राष्ट्रीय स्तरावरील बँका ज्या मोठ्या आणि मध्यम आकाराच्या निगमांची अथवा कंपन्यांची देखभाल करू शकतील. या व्यतिरिक्त बऱ्याच स्थानिक बँकांची आवश्यकता आहे. त्यासाठी समितीने लहान आकाराच्या स्थानिक बँकांची स्थापना करण्याची शिफारस केली आहे. अशा स्थानिक बँकांची व्याप्ती एखाद्या राज्यापुरती अथवा ठराविक जिल्ह्यांपुरती मर्यादित राहील. ज्यामधून स्थानिक पातळीवरील व्यापार, लघुउद्योग आणि कृषी सारख्या क्षेत्रांना मदत होईल. या बरोबरच छोट्या स्थानिक बँकेचे संबंध राष्ट्रीय आणि आंतरराष्ट्रीय स्तरावर कार्य करणाऱ्या बँकांसोबत असावेत.

❖ **नवीन बँकांबाबत**

समितीच्या शिफारसीनुसार देशात नवीन बँकांना परवाना देण्याची नीती चालू ठेवायला हवी. त्याचप्रमाणे विदेशी बँकांना त्यांच्या सहाय्यक संस्था अथवा संयुक्त उपक्रम स्थापन करण्याची अनुमती देण्यात यावी. अशा उपक्रमांना नवीन खाजगी बँकांच्या समतुल्य मानावे.

❖ **सार्वजनिक स्वामित्व आणि वास्तविक स्वायत्तता**

नरसिंहम् समिती II (१९९८) च्या मते, सार्वजनिक बँकांवरील सरकारी स्वामित्व आणि प्रबंधनामुळे या बँकांच्या कार्यसंचालनामध्ये स्वायत्तता आणि लवचिकता लोप पावली आहे. यावर उपाय म्हणून समितीने अशी शिफारस केली की, संबंधीत बँकेच्या बोर्डाच्या कार्याचा अथवा अधिकारांचा आढावा घेण्यात यावा आणि त्यावर पुर्नविचार करण्यात यावा, जेणेकरून बँकांचे बोर्ड संबंधीत बँकांच्या भागधारकांच्या रोख्यांच्या मूल्यवृद्धीसाठी उत्तरदायी राहतील. बँकांच्या मंडळाचे पुर्नगठन करून त्यामधील सरकारचा हस्तक्षेप बंद करण्यात यावा.

❖ **अधिकोषण कायद्याचा आढावा घेण्याबाबत**

नरसिंहम् समिती II (१९९८) ने अधिकोषणासंबंधीच्या कायद्यांची मीमांसा करून त्यामध्ये काही बदल करण्याविषयीच्या सूचना दिल्या. ज्यामध्ये रिझर्व्ह बँक ऑफ इंडिया कायदा, स्टेट बँक ऑफ इंडिया कायदा, अधिकोषण विनियमन कायदा आणि बँकांच्या राष्ट्रीयीकरणाचा कायदा इत्यादी कायद्यांचा समावेश आहे. हे बदल बँकिंग क्षेत्रातील वर्तमान गरजेच्या अनुरूप असावेत.

वरील प्रमुख मुद्दयांव्यतिरिक्त इतरही काही संरचनात्मक बाबींच्या बाबतीत नरसिंहम् समितीने (II) शिफारसी सूचविल्या आहेत. उदा. बँकांमधील भारत सरकार किंवा रिझर्व्ह बँकेचे भागभांडवल ३३ प्रतिशत पर्यंत

कमी करण्यात यावे. थोडक्यात सरकारी बँकांच्या खाजगीकरणाचा हा प्रस्ताव म्हणता येईल. आय.डी.बी.आय. चे निगमीकरण करण्यात यावे. सिडबी आणि आय.डी.बी.आय. अलग करण्यात यावे. ज्या गैर बँकिंग वित्तीय संस्थांची निव्वळ मिळकत कमीत कमी २५ लाख रूपये आहे. अशा संस्थांचे पंजीकरण करण्यात यावे. त्याचप्रमाणे शहरी सहकारी बँकांवरील दुहेरी नियंत्रण समाप्त करून त्यांच्यावर पूर्णतः रिझर्व्ह बँक ऑफ इंडियाचे नियंत्रण असावे. इत्यादी स्वरूपाच्या शिफारसी संरचनात्मक बदलाअंतर्गत समितीने केल्या आहेत. यापैकी काही शिफारसी कमी जास्त प्रमाणात नरसिंहम् समिती I (१९९१) ने केलेल्या शिफारसी सारख्याच आहेत.[१५]

३.८ नरसिंहम् समितीच्या शिफारसींवरील अंमलबजावणीचे परिणाम

नरसिंहम् समितीने केलेल्या शिफारसीनंतर अधिकोषण क्षेत्रामध्ये त्यांची अंमलबजावणी सुरू करण्यात आली. या सुधारणांची परिणती काही घटकांच्या आधारावर खालीलप्रमाणे पाहता येईल.

१. राखीव निधी प्रमाण आणि वैधानिक रोखता अनुपात

राखीव निधीचे प्रमाण कमी करण्याच्या दृष्टीने रिझर्व्ह बँकेने उशिरा कौल दिला. सुधारणानंतरच्या काळात आंतरराष्ट्रीय राखीव निधीचे प्रमाण १० प्रतिशत पेक्षा कमी असतांना सुद्धा रिझर्व्ह बँकेचे राखीव निधीचे प्रमाण १५ प्रतिशत होते. हे प्रमाण ताबडतोब कमी केल्याचे दिसून येत नाही. १९९५-९६ नंतर रिझर्व्ह बँकेने राखीव निधीचे प्रमाण १५ प्रतिशत वरून कमी करणे सुरू केले. २०००-२००१ मध्ये हे प्रमाण ५.५ आणि २००३-०४ पर्यंत ४.५ प्रतिशत पर्यंत कमी केले. राखीव निधीचे प्रमाण कमी करण्याचा उद्देश जे क्षेत्र बँक ऋणापासून वंचित होते त्या क्षेत्रांना कर्जपुरवठा उपलब्ध करुन देणे असा होता.

अधिकोषण सुधारणांपूर्वी बँकांचा वैधानिक रोखता अनुपात ३८.५ प्रतिशत पर्यंत पोहोचला होता. नरसिंहम् समितीच्या शिफारसीनुसार हे प्रमाण २५ प्रतिशत पर्यंत कमी करणे होते. एकूण सावधी आणि मागणी दायित्वाच्या ३८.५ प्रतिशत असलेला वैधानिक रोखता अनुपात ऑक्टोबर १९९७ पर्यंत हळूहळू कमी करून २५ प्रतिशत वर आणण्यात आला. हे प्रमाण बँकिंग विनियमन कायदा १९४९ च्या तरतुदी नुसार आहे. ज्यामुळे बँकांना गुंतवणूकीसाठी अधिक निधी उपलब्ध होऊ शकला.

तक्ता क्र. ३.१
अधिकोषण सुधारणापूर्व व सुधारणोत्तर काळातील राखीव निधी प्रमाण (C.R.R.)
आणि वैधानिक रोखता अनुपात (S.L.R.)

सुधारणापूर्व कालखंड		
वर्ष	**राखीव निधी प्रमाण**	**वैधानिक रोखता अनुपात**
१९६९-७०	३.५०	२६.५०
१९७४-७५	५.००	३२.७५
१९७९-८०	१०.५०	३३.७५
१९८४-८५	१०.५०	३८.२५
१९८९-९०	१५.७५	३८.७५
सुधारणोत्तर कालखंड		
१९९०-९१	१५	३८
१९९४-९५	१४.५,१४.७५, १५	३४.७५,३३.७५, ३१.५
१९९९-२०००	१०, ११, १०.५	२५
२००४-०५	४.७५, ५	२५
२००९-१०	५,५.५,६	२५

स्त्रोत :- RBI, Handbook of Statistics on the Indian Economy Various Issues.

तक्ता क्र. ३.१ मध्ये सुधारणापूर्व आणि सुधारणोत्तर अशा दोन कालखंडातील राखीव निधी प्रमाण (C.R.R) आणि वैधानिक रोखता अनुपात (S.L.R.) ची तुलना केली आहे. सुधारणापूर्व कालखंडामध्ये राखीव निधी प्रमाण आणि वैधानिक रोखता अनुपात यांचा एकूण गुंतवणूकीमधील वाटा ५० प्रतिशत पेक्षा जास्त होता. तसेच या

गुंतवणूकीपासून मिळणारे व्याजरूपी उत्पन्न तुलनेने कमी असल्यामुळे त्याचा विपरीत परिणाम संबंधीत अधिकोषांच्या आर्थिक स्थितीवर होत होता. त्यामुळे या बँकांची आर्थिक स्थिती कमकुवत बनत गेली. राष्ट्रीयीकरणानंतर या दोन्ही घटकांचे प्रमाण क्रमशः वाढत गेल्याचे दिसून येते. वैधानिक रोखता अनुपातामध्ये १ प्रतिशत कपात केल्यास शासनाला रू. २५०० कोटी रूपयाच्या निधीला मुकावे लागते.[१६] यावरून या निधीचे अधिकोषण क्षेत्रातील महत्त्व स्पष्ट होते. राखीव निधी आणि वैधानिक रोखता अनुपाताचे अधिक प्रमाण हे राष्ट्रीयीकृत अधिकोषांच्या आर्थिक अनारोग्याचे एक प्रमुख कारण असल्यामुळे नरसिंहम् समितीच्या शिफारसीनुसार सुधारणोत्तर काळात या दोहोंचे प्रमाण क्रमशः कमी कमी होत गेले आहे.

२. व्याजदराचे निर्नियमन

बँकांकडून आकारावयाचे व्याजदर सुधारणापूर्व काळात रिझर्व्ह बँकेकडून निर्धारीत केले जात असत. नरसिंहम् समितीच्या शिफारसीनुसार रिझर्व्ह बँकेची व्याजदर निर्धारणाची जबाबदारी संबंधीत बँकेच्या मंडळाकडे सुपूर्द करण्यात आली. व्याजदराच्याबाबत रिझर्व्ह बँक समष्टी स्वरूपात निर्देशनात्मक नीती तयार करते आणि व्याजदराबाबतचे व्यष्ठिगत निर्णय संबंधीत बँकेच्या मंडळाकडे सोपविते. सुधारणोत्तर काळात व्याजदराच्या संदर्भात झालेले बदल पुढील प्रमाणे आहे.

- देशीय सावधी बचतीवरील व्याजाचे दर अनियंत्रित करण्यात आले.
- स्टेट बँक ऑफ इंडिया आणि इतर बँकांचे दोन लाख रूपयापेक्षा जास्त सामान्य अग्रीमावरील प्रमुख उधार दर (Prime Leading Rate) कमी करण्यात आले.
- दोन लाख रूपयापेक्षा जास्त कर्जावरील व्याजाचे दर पूर्णपणे अनियंत्रीत करण्यात आले.
- बँकांचा वरील टप्प्यातील कर्जपुरवठ्यावरील व्याजदर अनियंत्रीत करण्यामागील उद्देश बँकांमध्ये स्वस्थ प्रतिस्पर्धा निर्माण करणे आणि त्यांच्या कार्यसंचालन कुशलतेला प्रोत्साहन देणे होता. नवीन सुधारणेनुसार बँका आपल्या जमा ठेवीवरील व्याजदर उच्चतम आणि न्युनतम सीमांच्या दरम्यान निर्धारीत करू शकतात. याबाबतचे स्वातंत्र्य संबंधीत बँकेला देण्यात आलेले आहे. परिणामतः व्याजदरांमध्ये बऱ्याच प्रमाणात घसरण झाल्याचे चित्र वर्तमान काळात दिसून येते.

३. विवेकी मापदंड (Prudential Norms)

बॅसेल समितीच्या शिफारसीनुसार आंतरराष्ट्रीय मापदंड देशीय बँकांमध्ये विवेकी मापदंडच्या अनुषंगाने लागू करण्यात आले. ज्यामध्ये भांडवल पर्याप्तता अनुपात, निष्क्रिय जिंदगीचे (NPA) प्रमाण, बँकांच्या संपत्तीचे वर्गीकरण, उत्पन्नाची ओळख आणि प्रकटीकरणासंबंधीचे मापदंड निर्धारीत करण्यावर अधिक भर देण्यात आला. विवेकपूर्ण समंत मापदंड प्रणालीचा उद्देश बँकांच्या ताळेबंधामध्ये बँकांच्या वित्तीय स्थितीचे खरे स्वरूप प्रतिबिंबीत करणे आणि देशीय बँकांना आंतरराष्ट्रीय स्वरूपानुसार अनुकूल बनविणे होता. या मापदंडामुळे व्यवहारातील जोखीम ओळखणे आणि जोखीम मर्यादित ठेवण्यास बँकांना मदत मिळाली. त्याचप्रमाणे बँकांची आर्थिक सक्षमता, आर्थिक सुदृढता आणि आंतरराष्ट्रीय स्पर्धेत टीकण्याची संभाव्यता वाढली. विवेकपूर्ण मापदंडानी निष्क्रिय जिंदगीसाठी १०० प्रतिशत तरतुद केली.

४. कार्यात्मक स्वायत्तता

बँकांना कार्यात्मक स्वायत्तता ही नरसिंहम् समितीच्या शिफारसींच्या केंद्रस्थानी असलेली बाब होय. अनुसूचित व्यापारी बँकांना आपली नवीन शाखा उघडण्याची आणि विस्तार काउंटरांचा स्तर उंचावण्याची पूर्णतः मुभा देण्यात आली. ही स्वातंत्रता प्राप्त करण्यासाठी भांडवल पर्याप्त मापदंड आणि विवेकपूर्ण लेखांकन मापदंड त्या बँकेने प्राप्त करणे आवश्यक आहे. या अंतर्गत ग्रामीण क्षेत्रातील तोट्यात चालणाऱ्या शाखा वगळता इतर क्षेत्रातील

तोट्यात चालणाऱ्या शाखा बंद करण्याची परवानगी देण्यात आली. तसेच अशा बँकांना ऋणासंबंधीच्या मापदंडाबाबतीत सुद्धा उदारता प्रदान करण्यात यावी.

५. नवीन खाजगी आणि विदेशी बँकांचा प्रवेश

सुधारणांचा एक भाग म्हणून खाजगी क्षेत्रातील नवीन बँकांना आणि विदेशी बँकांच्या नवीन शाखांना देशात बँक व्यवसाय करण्यास अनुमती देण्यात आली. त्यामाध्यमातून देशातील बँकिंग क्षेत्रामध्ये स्पर्धात्मक वातावरण निर्माण करण्यात आले. १९९३ नंतर भारतात स्थापन झालेल्या २० विदेशी बँका आणि काही नवीन खाजगी बँकांनी भारताच्या बँकिंग क्षेत्रात विविधता निर्माण केली. बँकिंग क्षेत्राच्या विकासाबरोबरच त्यांच्यामध्ये स्पर्धात्मक वातावरण निर्माण करून बँकांच्या कार्यक्षमतेत वाढ करण्याचा हा एक प्रयत्न होता. या सुधारणेचा परिणाम म्हणून आज भारतात सार्वजनिक, खाजगी, विदेशी आणि सहकारी बँकांचे विस्तृत जाळे निर्माण झाले आहे. मार्च २०१० च्या आकडेवारीनुसार भारतात एकूण २७ सार्वजनिक बँका आहेत. ज्यांच्या एकूण शाखांची संख्या ५८८२५ आहे. त्याचप्रमाणे नवीन आणि जुन्या मिळून एकूण २२ अनुसूचित खाजगी बँका आहेत ज्यांच्या एकूण शाखांची संख्या १००२७ एवढी आहे. त्याचप्रमाणे एकूण ३४ अनुसूचित विदेशी बँका असून त्यांच्या शाखांची संख्या ३०८ आहे. या व्यतिरिक्त क्षेत्रीय ग्रामीण बँका, शहरी सहकारी बँका, स्थानिक बँका, विकास वित्त बँका, गृह निर्माण बँका, औद्योगिक बँका, आणि औद्योगिक गुंतवणूक बँकांची संख्या मोठ्या प्रमाणात आहे.[१७] सुधारणोत्तर काळात खाजगी आणि विदेशी बँकांच्या आगमनामुळे अधिकोषण क्षेत्रामध्ये नवीन तंत्रज्ञानाचे आगमन झाले. परिणामतः प्रतिस्पर्धा वाढीस लागली. त्यामुळे बँकांच्या सदृढतेमध्ये आणि दक्षतेमध्ये वृद्धी झालेली दिसून येते. या सर्व बदलांचा परिणाम म्हणून आज भारतीय बँका आंतरराष्ट्रीय स्पर्धेमध्ये टिकण्यास सक्षम बनण्यास मदत झालेली आहे.

६. भांडवल पर्याप्तता मापदंड

अधिकोषण सुधारणांचा एक भाग म्हणून भांडवल पर्याप्तता मापदंडाला अनुसरून रिझर्व्ह बँकेद्वारे एप्रील १९९२ मध्ये भांडवलाप्रतिचे जोखीम भारीत जिंदगी गुणोत्तर (Capital to Risk Weighted Assets Ratio C.R.A.R.) ८ प्रतिशत करण्याचे निर्देश देण्यात आले. मार्च १९९६ पर्यंत सार्वजनिक क्षेत्रातील सर्व बँकांनी भांडवलाप्रतिचे जोखीमभारीत जिंदगी गुणोत्तर (C.R.A.R.) प्राप्त करण्यात यश मिळविले. तसेच विदेशी बँका आणि काही खाजगी क्षेत्रातील बँकांनी सुद्धा हे लक्ष्य गाठण्यात यश संपादन केले.

७. अधिकोषण प्रणालीतील अधिक पारदर्शकता

देशातील अधिकोषण क्षेत्र अधिक पारदर्शक बनविण्याच्या दृष्टीकोणातून अनेक सुधारणा करण्यात आल्या. ज्यामुळे अधिकोषण क्षेत्रात पारदर्शकता निर्माण होण्यास मदत झाली. यासाठी पुढील बदल करण्यात आले.

- अधिकोषण प्रणालीतील पारदर्शकतेच्या अनुषंगाने प्रत्येक बँकेला आपल्या ताळेबंद पत्रकाबरोबरच आपल्या सहाय्यक संस्थांचेसुद्धा ताळेबंद पत्रक प्रकाशित करावे लागते.
- बँकांना आपल्या प्रावधानीकरणाच्या दृष्टीने आपल्या खात्यावरील टिपण्यांची स्पष्ट स्थिती दर्शवावी लागते.
- बँकेशी संबंधीत संस्थांना कर्ज देण्यावर प्रतिबंध टाकण्यात आलेले आहेत.
- समभाग आणि स्थावर संपत्ती सारख्या संवेदनशील क्षेत्रांच्या बाबतीतील जोखीम कमी करण्यासाठी निर्देश देण्यात आलेले आहेत.
- बँकेशी हितसंबंध जुळलेल्या इतर कंपन्यांना केल्या जाणाऱ्या कर्जपुरवठ्यावर प्रतिबंध घालण्यात आले.

८. भांडवली बाजारातील कार्यान्वयन

भारत सरकारने अधिकोषण कायद्यामध्ये संशोधन करून देशातील राष्ट्रीयीकृत बँकांना भांडवली बाजारातून भांडवल उभारणी संबंधीचा अधिकार दिलेला आहे. हा अधिकार देत असतांना केंद्र सरकारच्या भरणा झ ाालेल्या भांडवलाचा (Paid-up-capital) वाटा ५१ प्रतिशत पेक्षा कमी न होण्याची खबरदारी संबंधीत बँकांना देण्यात आली. राष्ट्रीयीकृत बँकांपैकी स्टेट बँक ऑफ इंडियाने सर्वप्रथम भांडवली बाजारातून भांडवल उभारणीला सुरूवात केली. त्यादृष्टीने स्टेट बँक ऑफ इंडियाने आपल्या अधिनियमामध्ये संशोधन करून भागधारकांना १० प्रतिशत मतदान अधिकार दिलेले आहेत. इतरही राष्ट्रीयीकृत अधिकोषांनी भांडवली बाजारामध्ये प्रवेश करून भांडवल उभारणी केलेली आहे. २००९-२०१० या वित्तीय वर्षामध्ये भारतातील सार्वजनिक क्षेत्रातील बँकांनी रू.२३७६२ कोटी तर खाजगी क्षेत्रातील बँकांनी रू. १७१०१ कोटी भांडवल खुल्या बाजारातून प्राप्त केले.

९. विनियमन आणि पर्यवेक्षण

नरसिंहम् समितीच्या शिफारसीनुसार बँकांमधील विनियमन आणि पर्यवेक्षण हे दोन्ही भाग भिन्नभिन्न करण्यात आलेले आहेत. बँकांच्या विनियमनाचे कार्य बँकिंग परिचालन आणि विकास विभाग पार पाडतो. तर पर्यवेक्षणाचे कार्य पाहण्यासाठी एका स्वतंत्र वित्तीय पर्यवेक्षण बोर्डची स्थापना करण्यात आलेली आहे. या बोर्डचे अध्यक्ष रिझर्व्ह बँकेचे गव्हर्नर तर उपगव्हर्नर उपाध्यक्ष असतात. तसेच भारतीय रिझर्व्ह बँकेच्या केंद्रीय निदेशक मंडळाचे चार निदेशक या बोर्डचे सदस्य असतात. या बोर्डला बँकिंग, वित्तीय आणि गैर वित्तीय कंपन्यांचे निरिक्षण आणि पर्यवेक्षण करून त्यासंबंधीचे निर्णय घेण्याचा अधिकार आहे. श्री. एस्. पद्मनाभन यांच्या अध्यक्षतेखाली स्थापन झालेल्या कार्यदलाने बँकांच्या पर्यवेक्षणासंबंधी बऱ्याच शिफारसी केल्या आहेत. त्यामध्ये लक्ष्यपूर्तीची समिक्षा आणि स्वतंत्र नियंत्रण प्रणाली आणि पर्यवेक्षणाच्या विभेदक पद्धतीचा समावेश आहे. ज्यामुळे सुदृढ बँका आणि समस्याग्रस्त बँकांच्या पर्यवेक्षण आणि निरिक्षणामध्ये फरक केला जातो.

➢ पर्यवेक्षण बोर्डच्या अंतर्गत एक स्वतंत्र पर्यवेक्षण विभाग कार्य करतो. जो बँकिंग परिचालन आणि बँकिंग विकास या दोन विभागांसंबंधीत कार्य करतो.

➢ पर्यवेक्षणामध्ये प्रत्यक्ष निरिक्षण आणि अप्रत्यक्ष निरिक्षण (Onsite & Offsite) अशा दोन्ही अंगानी पर्यवेक्षण केल्या जाते.

➢ पूर्वीपेक्षा अधिक वेळा बँकांचे निरिक्षण केल्या जाते.

➢ प्रारंभिक संकेत आणि जोखमीची चेतावणी देणारे संकेत स्थापित करण्यात आलेले आहेत.

➢ बँकांचे स्वास्थ्य आणि सुरक्षितता यांचे मुल्यांकन करण्याच्या दृष्टीकोणातून स्वास्थ्य कोड बनविण्यात आलेले आहेत आणि त्याची अंमलबजावणी सुरू करण्यात आली आहे.

➢ बँकांच्या दायित्वाच्या स्थितीचे मुल्यांकन, बँकांच्या कमकुवत बाबींना शोधून त्यावर योग्य उपाय सूचविणे, बँकेची शोधन क्षमता निर्धारित करणाऱ्या वित्तीय घटकांचे विश्लेषण करणे, बँकांना अधिक सुदृढ बनविण्याच्या दृष्टीने या व इतर वित्तीय बाबींवर लक्ष्य ठेवण्याच्या हेतूने प्रस्तुत बोर्डाला अधिक सतर्क बनविण्यात आलेले आहे.

१०. ऋण वसूली

भारत सरकारने बँकांच्या ऋण वसूलीच्या संदर्भात १९९३ मध्ये बँक कायद्यामध्ये संशोधन केले. ऋण वसूलीची प्रक्रिया सुविधाजनक बणविण्याच्या दृष्टीने हे संशोधन करण्यात आले आहे. ऋण वसूलीसाठी सहा विशेष वसूली न्यायालयांची स्थापना करण्यात आली. ही सहा न्यायालये कोलकाता, नवी दिल्ली, जयपूर, अहमदाबाद, बँगलोर आणि चेन्नई या ठिकाणी स्थापन करण्यात आले असून एक अपीलीय न्यायालय मुंबई मध्ये स्थापन करण्यात आलेले आहे. ऋण वसूलीच्या दृष्टीकोणातून ही कायदेशीर तरतुद महत्त्वाची मानली जाते.

११. बँकांचे पुनर्भांडवलीकरण

सार्वजनिक क्षेत्रातील बँकांची स्वायत्तता आणि भांडवली आधार प्रगल्भ करण्याच्या उद्देशाने या बँकांचे पुनर्भांडवलीकरण करण्यात आले. या मागील उद्देश भारतातील बँकांनी आंतरराष्ट्रीय स्पर्धेमध्ये टिकून राहावे असा होता. त्या दृष्टीने काही सार्वजनिक बँकांचा भांडवली आधार अधिक व्यापक बनविण्याचा प्रयत्न करण्यात आला.

अधिकोषण सुधारणांच्या अंमलबजावणीला प्रारंभ होताच देशातील पूर्वीच्या अधिकोषण व्यवस्थेमध्ये बदल घडून आले. खाजगी आणि विदेशी बँकांच्या आगमनामुळे बँकिंग क्षेत्रातील आपसातील स्पर्धेमध्ये वाढ झाली. व्याजदरांना विनियमननातून मुक्त केल्यामुळे कर्ज आणि ठेवींच्या बाबत बँकांमध्ये स्पर्धा निर्माण झाली. बँकिंग व्यवसायासोबतच गैर बँकिंग व्यवसाय करणाऱ्या संस्थांची संख्या सुद्धा वेगाने वाढली. पुनर्भांडवलीकरण आणि कार्यात्मक स्वायत्ततेमुळे राष्ट्रीयीकृत अधिकोषांचा वित्तीय आधार अधिक सुदृढ होण्यास मदत मिळाली. १९९३ ते १९९५ या दोन वर्षाच्या कालखंडामध्ये रु. १०९८७.१२ कोटी रक्कम भांडवलीकरणाच्या माध्यमातून बँकांमध्ये ओतण्यात आली. यावरून राष्ट्रीयीकृत बँकांच्या आर्थिक स्थितीची कल्पना येते. लेखांकनाचे नियम, मुल्यमापनाच्या अटी, भांडवल पर्याप्तता इत्यादीमुळे बँकांच्या आर्थिक स्थितीमध्ये महत्त्वपूर्णरित्या सुधारणा झाल्याचे दिसून येते. रिझ र्व्ह बँकेच्या मुद्रा आणि वित्त विषयक अहवालानुसार विवेकी मापदंडानी बँकांच्या संपत्तीच्या गुणवत्तेत सुधारणा घडवून आणली आहे.[१८] बँकांमधील शासनाची भूमिका कमी करण्याच्या दृष्टीने भारत सरकारने आपला भाग भांडवलातील वाटा सुरूवातीला १०० प्रतिशत वरून ५१ प्रतिशत पर्यंत कमी केला. वर्तमान स्थिती मध्ये हा वाटा ३३ प्रतिशत पर्यंत कमी करण्याचे प्रयत्न सरकारतर्फे केल्या जात आहेत. सोबतच बँकांमधील विदेशी गुंतवणूकीला सुद्धा वाव देण्यात येत आहे. एकूण गुंतवणूकीच्या २० प्रतिशत पर्यंतची गुंतवणूक विदेशी गुंतवणूकीकरिता खुली करण्याचा प्रयत्न आहे. बँकांच्या खाजगीकरणाकडील हे एक महत्त्वपूर्ण पाऊल मानल्या जाते. सुधारणानंतर बँकांचे विलीनीकरण आणि हस्तांतरणाच्या दृष्टीने सुद्धा शासनाचे प्रयत्न नरसिंहम् समितीच्या शिफारसीनुसार सुरू आहेत. ग्राहकांच्या दृष्टीने बँकांनी आपल्या ग्राहक विषयक सेवांमध्ये काळानुरुप आणि स्पर्धेला अनुसरून अनेक सुधारणा केलेल्या आहेत. अद्ययावत तांत्रिक सुविधा आणि वित्तीय नाविण्यतेमुळे बँका एक प्रकारच्या वित्तीय सेवांच्या सुपर बाजार झालेल्या आहेत.

अधिकोषण सुधारणांचा देशातील अधिकोषण प्रणालीवर सकारात्मक परिणाम झाल्याचे दिसून येते. बँकांच्या लाभकारीतेत लक्ष्यवेधक सुधारणा झालेली असून सर्व बँकांच्या वित्तीय सूचकांमध्ये १९९२ ते ९८ या कालावधीत सुधारणा झालेली आहे. उदा. १९९२-९३ ते १९९३-९४ मधील अनुसूचित व्यापारी बँकांच्या शुद्ध नफ्याचे प्रमाण -१.० प्रतिशत होते. १९९४-९५ ते १९९७-९८ मध्ये हे प्रमाण ०.५ प्रतिशत पर्यंत पोहोचले. तसेच १९९१-९२ मध्ये कार्यकारी निधीशी निव्वळ नफ्याचे असलेले प्रमाण ०.३९ प्रतिशत होते. ते १९९२-९३ मध्ये -१.०८ प्रतिशत झाले. सुधारणानंतरच्या कालावधीमध्ये सुधारणा होऊन या प्रमाणाने १९९४-९५ मध्ये धनात्मक आकडा गाठला आणि १९९७-९८ मध्ये हे प्रमाण ०.८१ प्रतिशत पर्यंत पोहोचले.[१९]

सार्वजनिक क्षेत्रातील बँकांच्या संदर्भातील प्रति कर्मचारी व्यवसाय आणि प्रति कर्मचारी नफा या दोहोंच्या प्रमाणात सुधारणा झाल्याचे दिसून येते. उदा. १९९१-९२ मध्ये सार्वजनिक क्षेत्रातील बँकांच्या प्रति कर्मचारी सरासरी नफ्याचे प्रमाण रू. -१.५८ कोटी होते. यामध्ये १९९६-९७ मध्ये धनात्मक सुधारणा होऊन ते रू. ०.३५ कोटी झाले. हे प्रमाण १९९९-२००० मध्ये रू. ०.५९ कोटी तर २००२-०३ मध्ये रू. १.६३ कोटी पर्यंत पोहोचले. जवळपास सार्वजनिक क्षेत्रातील सर्वच बँकांनी भांडवल धारणासंबंधीच्या अटी पूर्ण केल्याचे दिसून येतात. मार्च १९९८ पर्यंत सार्वजनिक बँकांच्या एकूण आणि निव्वळ निष्क्रिय जिंदगीचे प्रमाण १६ प्रतिशत वरून ८.२ प्रतिशत पर्यंत कमी झ ाल्याचे दिसून येते. एकूण संपत्तीच्या तुलनेत निष्क्रिय जिंदगीचे प्रमाण मार्च १९९८ पर्यंत ७.० प्रतिशत वरून ३.३ प्रतिशत पर्यंत कमी झाले.[२०]

संदर्भ सूची:-

1. Dharmlingam Venugopal (2003), "PSBs a Complete Make Over", Professional Bankers, ICFAI Publication, Hyderabad, Pg.No.28.

2. Govt. of India (1991), Report of the Committee on Financial System, Pg.(i)

3. तत्रैव, पृ.क्र. (१५-२५)

4. M. L. Tannan, (2011) "Tannan's Banking - Law and Practice in India", Lexis Nexis Nagpur Pg. no. 218 - 219.

5. तत्रैव, पृ.क्र.२१६

6. डॉ. बाळकृष्ण कुळकर्णी, "भारतातील वित्तीय क्षेत्रातील सुधारणा" पृ.क्र.४९

7. डॉ. सौ. मुक्ता दि. जहागिरदार, "भारतातील वित्तीय क्षेत्रातील सुधारणा", अर्थसंवाद, जानेवारी - मार्च, खंड १९, अंक ४, पृ.क्र. ४४-४५

8. सु. गो. भानुशाली, (१९९२) "वित्तीय प्रणालीसंबंधी नेमलेल्या नरसिंहम् समितीचा अहवाल", अर्थसंवाद, जाने-मार्च १९९२, खंड १६, अंक ४, पृ.क्र.२९८-२९९.

10. M. Narasimham Committee Report on, "The Financial System" Nov. 1991, P.37-38

11. तत्रैव, पृ.क्र. १४५-१४६

12. M. G. Bhide, Prasad A, Ghosh S. (2002), "Banking Sector Reforms - A Critical Overview", Economic and Political Weekly, Vol. XXXVII, No.5 Feb 2, Pg. 400.

13. Rangrajan C. (1998), "Indian Economy – Essays on Money and Finance, UBSPD, Delhi.

14. रूद्र दत्त, के. पी. एम्. सुंदरम (२००८), "भारतीय अर्थव्यवस्था", एस. चंद ॲन्ड कंपनी लिमिटेड, नई दिल्ली. पृ.क्र. ७७९.

15. Rawaskar R. B. (1999), "Narrow Banking" Journal of Indian Institute of Bankers, Vol. 17, No.2, April – June. Pg. 26.

16. Ahaluwaliya M.S. (2001), "Second Generation Reforms in India – Major Issues", Paper Presented at The Bank Economist Conference", New Delhi

17. प्रा. राम. म. बिवलकर, "देशाच्या आर्थिक दु:स्थितीवर नेमके बोट ठेवणारा नरसिंहम् समितीचा अहवाल", योजना, जुलै १९९२, पृ.क्र.७

18. RBI Report on Trend and Progress Banking in India - 2009-10 Pg. 178-180

19. RBI Report on Currency and Finance, 2001-02 Mumbai.

20. Jalan Vimal (1998), "Towards a More Vibrant Banking System", Oct-Dec.1998, Pg. 149.

www.ingramcontent.com/pod-product-compliance
Lightning Source LLC
LaVergne TN
LVHW090007230825
819400LV00031B/585